அமெரிக்க விருந்தாளி
-சிறுகதைகள்-

தியா காண்டிபன்

டிஸ்கவரி பப்ளிகேஷன்ஸ்
எண்: 9, பிளாட் எண்: 1080A, ரோஹிணி பிளாட்ஸ்
முனுசாமி சாலை, கே.கே.நகர் மேற்கு,
சென்னை - 600 078. பேச: 99404 46650

வெளியீட்டு எண்: 0359

அமெரிக்க விருந்தாளி (சிறுகதை)
ஆசிரியர்: தியா காண்டீபன்©
Amerikka Virunthali (Short story)
Author: Thiya Kandeepan ©
Print in India
1st Edition : September - 2024
ISBN: 978-81-19541-61-4
Pages - 156

Publisher • *Sales Rights*

Discovery Publications
No. 9, Plot,1080A, Rohini Flats,
Munusamy Salai,
K.K.Nagar West, Chennai - 78.
Tamilnadu, India.
Mobile: +91 99404 46650

Discovery Book Palace (P) Ltd
No. 1055-B, Munusamy Salai,
K.K.Nagar West,
Chennai-600 078.
Ph: (044) 4855 7525
Mobile: +91 87545 07070

discoverybookpalace@gmail.com / www.discoverybookpalace.com

இந்த நூலில் பிரசுரமாகியுள்ள எந்த ஒரு பகுதியையும் எழுத்துபூர்வமான முன்அனுமதி பெறாமல் எடுத்தாள்வதோ, மறுபிரசுரம் செய்வதோ, மொழியாக்கம் செய்வதோ, ஊடகங்களில் மறுபதிப்புச் செய்வதோ, காப்புரிமைச் சட்டப்படி தடை செய்யப்பட்டுள்ளது. இந்த நூலிலிருந்து சில பகுதிகளை மேற்கோள்காட்டி நூல்அறிமுகம் செய்யலாம்.

உங்கள் மொபைல் போனிலிருந்து ஸ்கேன் செய்து 'டிஸ்கவரி புக் பேலஸ்' மொபைல் ஆப்பை டவுன்லோடு செய்து, புத்தகங்களை வாங்குங்கள்.

தியா (1978)

காண்டீபன் இராசையா

ஈழம், யாழ்ப்பாணம், குப்பிளானைச் சேர்ந்தவர். போர்க்காலச் சூழலில் சிக்கி எண்ணற்ற பாடசாலைகளில் கல்வியைத் தொடர்ந்து வவுனியா ஓமந்தை மத்திய கல்லூரியில் உயர்தரம் முடித்து யாழ்ப்பாணப் பல்கலைக் கழகத்தில் தமிழ் சிறப்புப் பட்டம் பெற்றவர். அங்கு தமிழ்ச் சங்கத்தின் பதிப்பாசிரியராகவும் 2003-2004இல் செயற்பட்டார். பின்பு, தஞ்சாவூர் ப்ரிஸ்ட் பல்கலைக்கழத்தில் ஆய்வு நிறைஞர் (M.Phil) பட்டப் படிப்பையும் நிறைவு செய்தபின் அமெரிக்கா சென்று ரோபோக்கள் மற்றும் திரவ சக்தி ஆட்டோமேஷன் *(Robots and fluid power automation)* பொறியியல் பட்டம் பெற்று, அமெரிக்காவில் புகழ் பெற்ற செயிண்ட் தாமஸ் பல்கலைக் கழகத்தில் *(University of St. Thomas)* பொறியியல் முதுநிலைப் பட்டத்தை (MSc) நிறைவு செய்துள்ளார்.

கிட்டதட்ட பதினைந்து வருடங்களுக்கு மேலாக கவிதை, சிறுகதை எனத் தனது எழுத்துக்களால் வலையுலகில் அறியப்பட்டு வருபவர். இவருடைய முதல் நூல் "ஈழத்தில் தமிழ் இலக்கியம் தோற்றமும் தொடர்ச்சியும்" 2007இல் வெளிவந்தது. அதன் பின் அவரின் நாவலான 'எறிகணை' 2021 இல் வந்தது. அதன் தொடர்ச்சியாக அவரின் "நீ கொன்ற எதிரி நான்தான் தோழா" கவிதை நூல் 2023 இல் வந்தது. இப்போது "அமெரிக்க விருந்தாளி" என்ற 14 சிறுகதைகள் அடங்கிய நூல் வெளிவருகின்றது

மின்னஞ்சல்: *akshpoems@gmail.com*

வலைத்தளம்: *www.thiyaa.com*

முகநூல்: *www.facebook.com/ra.kandee*

அன்பும் நன்றியும்

பெற்றோர், சகோதரர்கள், மனைவி, பிள்ளைகள், தீபச்செல்வன், கவிதா பாரதி, பதிப்பாளர் வேடியப்பன், புத்தக வடிவமைப்பாளர் பாலாஜி, பரணீதரன், உறவுகள், மற்றும் நட்புகள்...

மேலும்

வெளிச்சம், சரிநிகர், சுடரொளி, தினக்குரல், வீரகேசரி, யாழ் இணையம், வணக்கம் லண்டன், வலையுலக நண்பர்கள் வட்டம், புலக்கண், ஜீவநதி பதிப்பகம், எங்கட புத்தகங்கள், கானம்பாடி பதிப்பகம், பனிப்பூக்கள், Loon Media Group, கீற்று, IBC தமிழ், தமிழ் தேசிய கலை இலக்கியப் பேரவை, விடிவுகளின் தேடல், இன்னும்...

பட்டகதை - பார்த்த கதை

மூன்று தசாப்தங்களுக்கு மேலாக எங்கள் தாயகத்தில் தொடர்ச்சியாக நாம் கொடும் போரை எதிர்கொண்டோம். போர் எங்கள் மீது வலிந்து திணிக்கப்பட்ட போதும், அது எங்கள் வாழ்வியலைச் சிதைத்தபோதும், அதற்குள்ளும் அழகியல் நிறைந்த, மனிதப் பண்புகளுடன் கூடிய ஒரு ஒழுக்கம் நிறைந்த நல்வாழ்விருந்தது.

2009 இல் யுத்தம் முடிவுக்கு வந்த பின்னர், கடந்த பதினைந்து வருடங்களுக்கு மேலாக நான் எழுதிச் சேர்த்த பல சிறுகதைகளில் இருந்து 14 கதைகளைத் தெரிவு செய்து இப்படைப்பில் தந்துள்ளேன். அந்தவகையில் ஈழப் போர் நடைபெற்ற சூழல், இடப்பெயர்வு வாழ்வு, புலப்பெயர்வில் நாம் எதிர்கொண்ட சிக்கல்கள், இன்றைய கால வாழ்வியல், மற்றும் இன்ன பல கருப்பொருளாகக் கொண்டு என்னால் எழுதப்பட்ட சிறுகதைகள் இந்தப் புத்தகத்தில் இடம்பெற்றுள்ளன.

இதற்கு முன்னரும் நான் பல உதிரிப் படைப்புகளை பல இதழ்கள், மின்னிதழ்கள், சஞ்சிகைகள், மற்றும் பத்திரிகைகளில் எழுதியுள்ளேன். இது நான் எழுதிய நான்காவது புத்தகம் ஆகும். சிலர் எனது படைப்புக்களை விமர்சிக்கும் போது, எனது படைப்புகளில் நான் யுத்தகால சூழ்நிலைகளை அதிகம் சொல்வதாகவும், எனது படைப்புகளில் ஈழ அரசியல் வாடை அதிகம் அடிக்கிறது என்றும் சலிப்புறுவதைக் காண்கின்றேன். உண்மையைச் சொல்வதானால் இத்தகைய விமர்சனங்களால் எனக்கு இன்னும் மகிழ்ச்சியே. ஏனெனில் நாங்கள் கடந்து வந்த பாதை அத்துணை இலகுவானதல்ல.

கிட்டத்தட்ட என் வாழ்நாளின் முதல் மூன்று தசாப்தங்களையும் நேரடிப் போர் நடக்கும் பிரதேசங்களில் வாழ்ந்து களித்தவன் நான். அதனால்தான் எனது படைப்புகளில் தமிழ் மக்களின் உரிமைகள், இன விடுதலை, அரசியல் அபிலாசைகள், நாங்கள் கடந்து வந்த பாதை, மற்றும் நிகழ்கால விடயங்களை எந்தவொரு விட்டுக்கொடுப்புக்கும் இடமில்லாமல் நேரம் கிடைக்கும் போதெல்லாம் தொடர்ந்து எழுதிக் கொண்டிருக்கிறேன்.

நிறைவாக, நான் புலம்பெயர்ந்து தூரதேசம் வந்த போதும் இன்றுவரை நிறைய நட்புக்களை இந்த எழுத்துலகம் எனக்குச் சேர்த்துத் தந்துள்ளது, என்னையும் என் எழுத்துக்களையும் திறனாய்வு செய்து என்னை எழுதத் தூண்டிய அனைத்து நட்புகளுக்கும் மனம் நிறைந்த நன்றி. அத்துடன் தொடர்ச்சியாக எனது படைப்புக்களை வெளியிட்டு உதவும் டிஸ்கவரி பதிப்பகத்தினருக்கும் எனது உளம்நிறை நன்றி!

தியா காண்டீபன்,
akshpoems@gmail.com
மினசோட்டா, அமெரிக்கா.
19/செப்டம்பர்/2024.

உள்ளடக்கம்

1. உம்மாண்டி — 09
2. உஷ் — 19
3. தங்க வாசல் — 33
4. அன்பழகி — 46
5. அமெரிக்க விருந்தாளி — 58
6. மை நேம் இஸ் கோகுலன் — 67
7. அண்ணன் — 77
8. அம்மாவின் சேலை — 85
9. பறவைகள் பறப்பதில்லை — 97
10. கனவுகளைத் தேடி அலைபவன் — 105
11. இங்கிலீஸ் என்றொரு வேட்டையன் — 111
12. இது விடைபெறும் நேரம் — 125
13. பயங்கரவாதிகள் முகாம் — 131
14. நள்ளிரவுக்கு பிந்திய முத்தம் — 143

உம்மாண்டி

காலத்தைச் சபித்தபடி அதைக் கட்டித் தழுவினாலும் அது நகர்ந்து கொண்டேதானிருக்கும். ஏனோதான் அவன் பிரிந்த நேரம் அவனுக்குள் அப்படியே நிலைத்து நின்றுவிட்டது. பல சமயங்களில் அது பெரும் உருக்கொண்டு அவனுக்குள் அவனின் தனிமை உணர்வைச் சதா புதுப்பித்துக்கொண்டே இருந்தது. உலகின் ஏதோ ஒரு மூலையில், எங்கோ ஒரு நாட்டில், இனமிழந்த பறவையொன்றின் வாழ்வுபோல தன்னுடைய வாழ்வு இப்படிப் போகுமென்று அவன் கனவு கூடக் கண்டதில்லை.

கண்களை மூடித் திறப்பதற்குள் அவனது வாழ்க்கை இப்படி நரகமாக மாறிப் போகும் என்று அவன் ஒருநாள் கூட நினைத்த தில்லை. இதுநாள்வரையில் அவன் நினைத்துக்கூடப் பார்க்க முடியாத ஒரு இடத்தில், பாலைவனச் சிறையில், தன்னுடைய நிலையை எண்ணி தனக்குள்ளேயே வருந்தியபடி தன் நாட்களைக் கடத்திக்கொண்டிருந்தான்.

எங்கிருந்தோ காற்றில் கலந்து வந்த ஏதோ ஒரு துர்நாற்றம் அவனுக்கு குமட்டலை ஏற்படுத்தியது, அது அவனுடனேயே ஒட்டிக்கொண்டது போலப் போகும் இடமெல்லாம் அவனைத் துரத்திக் கொண்டே இருந்தது.

ஒரு கட்டத்தில் அந்தத் துர்நாற்றம் தன் ஆடையில் இருந்து வருகிறதோ என்ற சந்தேகத்தில், பலநாட்கள் துவைக்காமல் தன்னுடனேயே ஒட்டிக் கொண்டிருக்கும் தன் பிசுபிசுத்துப்போன ஆடையை பிடித்து மணந்து பார்த்தான்.

அப்போது அவர்கள் அனைவரையும் ஏற்றிச் செல்லவென அங்கே ஒரு டிரக் வண்டி வந்து நின்றது. காவலர்கள் புடைசூழ

அவர்கள் அனைவரும் அடுத்த ஒரு மணி நேரத்தில் ஒரு ஆற்றங் கரைக்கு அழைத்துச் செல்லப்பட்டனர்.

வெம்பிப் புழுங்கும் அந்தப் பாலைவனத்துக்கு அருகில் இப்படி ஒரு ஆறு இருப்பதே அவனுக்கு அபூர்வமாக இருந்தது. ஆற்றங் கரையின் இரு புறமும் காவலர்கள் ஆயுதங்களுடன் நின்று அவர்கள் அனைவரையும் ஆற்றில் இறங்கிக் குளிக்கச் சொல்லிப் பணித்தனர்.

கிட்டத்தட்டப் பல நாட்களின் பின்னர் இறுதியாக இன்று அவன் குளித்தான், ஒரு மணிநேரமாக தண்ணீரில் இருந்து வெளிவர மனமின்றி அதற்குள்ளேயே கிடந்தான், மூக்கு மற்றும் வாயின் வழியே நிறைந்த காற்றை உள்ளிழுத்து நுரையீரலை நிரப்பி மகிழ்ச்சியாகத் தண்ணீருக்குள் மூழ்கி மூச்சுத் திணறினான்.

“இந்தத் தண்ணி கிடைக்காமல் எத்தினை நாள் தவமிருந்தேன்...”

மனதுக்குள் நினைத்தபடி “தண்ணி... தண்ணி... தண்ணி...” என்று பலமுறை திரும்பத் திரும்ப ஏதோ மனத்துக்குப் பிடித்த மந்திரத்தைச் சொல்வது போலச் சொல்லிப் பார்த்தான்.

குளித்து முடித்ததும் தனக்காகக் கொடுக்கப்பட்டிருந்த ஒரு வெள்ளை நிறச் சட்டை மற்றும் காற்சட்டையை எடுத்து அணிந்து கொண்டான். கரடுமுரடான துணியால் தைக்கப்பட்ட அந்தச் சட்டை அவனைப் போல இரண்டு மடங்கு பெரிதாக, அவனின் தோலில் இறுக்கமாக ஒட்டிக் கொள்ள மறுத்தது. கடுமையான வெப்பத்துக்கு அந்த உடை ஒத்துவரவில்லையானாலும் இப்போதைக்கு அது மட்டுமே அவனுக்கான உடையாக இருந்தது.

அந்தத் தடுப்பு முகாமில் அவனுக்காக ஒரு சிறிய அறை கொடுக்கப் பட்டிருந்தது, அறையின் நடுவில் ஒரு தடிமனான தூண் இருந்தது. அவனுடன் அங்கு இன்னும் ஒரு சிலர் தங்க வைக்கப்பட்டிருந்தனர், அவர்களை அவன் இதற்கு முன்னர் பார்த்ததில்லை, ஆனாலும் இந்தக் குறுகிய நாட்களில் அவர்கள் அவனின் மிகவும் நெருங்கிய நண்பர்கள் போலாகி இருந்தனர்.

என்னதான் சுற்றிவர ஆட்கள் இருந்தாலும், அவனின் மூளை தெளிவற்றதாகி ஒரு தெளிவான எண்ணத்தை உருவாக்க முடியாத நிலையை அவன் உணர்ந்தான். தனிமை அவனை விரட்டுவது போல இருந்தது, சித்தப்பிரமை பிடித்தவன் போல தனக்குள்

தானே அடிக்கடி பேசிக் கொண்டான். கிட்டத்தட்ட அங்கிருந்த எல்லோரும் அதே மனநிலையில்தான் இருந்தார்கள்.

தன்னுடைய கேள்விக்குறியான இந்த வாழ்க்கையை எண்ணி தனக்குள்ளேயே அடிக்கடி புழுங்கினான். ஒரு காகத்தின் கரைதல், சேவலின் கூவல், குருவிகளின் சங்கீத ஓசை, குயில்களின் இனிய பாடல் எதுவுமேயற்ற ஒரு பாலைவனச் சிறையில் தன் எதிர்காலம் எப்படி இருக்குமோ என்று ஏங்கியபடி வாழும் அவனுடைய இன்றைய வாழ்வை நினைக்கவே அவனுக்கு பயமாக இருந்தது.

வெளிச்சமென்றால் என்னவென்று புரியாத யன்னலற்ற நான்கறைச் சுவர்களுக்குள் ஒவ்வொரு நொடியும் மௌனப் பூதங்கள் பேரிரைச்சலுடன் விரட்ட, தன் பூர்வீக நிலத்தைப் போல நிர்மூல மாகிப்போன கனவுகளுடன் அவனுடைய வாழ்வை அவன் வாழப் பழகியிருந்தான்.

ஒரு சராசரி மனிதனுக்கே உரிய ஆசைகள், கனவுகள், இலட்சியங் கள், குறிக்கோள்கள் என்று எல்லாம் அவனிடம் ஒருகாலத்தில் குடிகொண்டிருந்தன. இன்று, இனம்புரியாத ஒரு மரணப் பீதியுடன் வேற்று நாட்டுச் சூழலில் தனக்குத் தெரிந்த ஓரிரு ஆங்கிலச் சொற்களில் பேசி, பசி பொறுத்து, கொடுப்பதை உண்டு, குடித்து, உறங்கி, கண்ணீர் வடித்து, எதிர்காலமே என்னவென்று தெரியாத ஒரு சூனியச் சிறையில் காலத்தைக் கடத்திக் கொண்டிருந்தான்.

சிறைப்பட்ட நாளில் இருந்து அவனுக்கு ஊரின், மற்றும் தன் உறவுகளின் நிலையை எண்ணி பல நாட்களில் உறக்கம் வர மறுத்தது, இன்னும் சில நாட்களில் புழுங்கி அவியும் வெக்கையிலும் அவனை ஆளுறக்கம் ஆட்கொண்டது.

அவனுடைய ஆளுறக்கத்தில் அடிக்கடி அவனுடைய சிறுவயது நினைவுகள் வந்து வந்து சென்றன. அம்மா அவனுக்கு மிக அருகில் இருந்து உணவூட்டிக் கொண்டிருப்பதாகவும், தான் சாப்பிட அடம்பிடிக்கும் போதெல்லாம் “சாப்பிடு, இல்லையென்றால் உம்மாண்டி வந்து பிடித்துவிடும்...” என்று பயமுறுத்திச் சாப்பிட வைப்பதாகவும் கனவு கண்டான். இன்னும், ஊரின் நினைவழியாப் பொழுதுகள் மற்றும் கொடூர நினைவுகளும் அவனின் கனவில் வந்து அடிக்கடி விரட்டிக் கொண்டிருந்தன.

அண்மைய நாட்களில் அவனின் கனவில், ஊரின் குளக்கட்டு வழியாக அவன் நடந்து சென்று கொண்டிருக்கிறான், திடீரென அவன் குளத்தில் இறங்குவது போலவும், குளத்திலிருந்து தண்ணீர் அலையாக வந்து அவனை உள்ளே இழுத்துச் செல்வது போலவும் கனவு வந்து வந்து போனது.

ஒவ்வொரு தடவையும் அவன் கண்களை மூடும்போதெல்லாம் கண்களின் ஓரங்களில் ஏதேதோ எண்ணங்கள் தோன்றி மறைந்து கொண்டே இருந்தன, வேகமாக நகரும் கறுப்பு நிறம் அவனது ஒளித் திரையில் மாயமாகத் தோன்றி மறைந்தது.

பாலைவன வெக்கை அவனுக்கு உடலளவில் சோர்வைத் தந்தது, மனம் மூடுபனிபோல இருளத் தொடங்கியது, இடையிடையே ஏதோ ஒரு அசரீதிக் குரல் அவனை அடிக்கடி அழைப்பதைப் போல மூளையின் ஆழத்தில் ஒரு குரல் அடிக்கடி கேட்டுக்கொண்டே இருந்தது. ஆனால், அது என்ன என்பதை அவனால் வார்த்தைகளில் சரியாக வெளிப்படுத்த முடியவில்லை.

கனவின் முடிவில் ஒவ்வொரு முறையும் அவன் கண்களைத் திறக்க முயற்சிக்கும் போதெல்லாம் அந்த அறையே சுழல்வதைப் போலவும், தலை சுற்றுவது போலவும், தலைக்குள் ஏதோ ஒரு குரல் சத்தமாக கத்திக்கொண்டே இருப்பது போலவும் இருந்தது.

கனவின் முடிவில், குளத்தின் பேரிரைச்சலுடன் கூடிய அலைகளின் நடுவே "எழுந்திரு..." என்று யாரோ ஒருவர் கடுமையான தொனியில் கத்துவது போலவும், யாரோ வந்து தன்னை இழுத்துச் செல்வது போலவும் உணர்ந்தான்.

பல நாட்களில், கனவின் இடையே, அந்தக் குரல் அவனை அடிக்கடி மிரட்டிக்கொண்டே இருந்தது. திடீரென உமிழ்நீர் சூடான அடர்த்தியான திரவமாகி அவனின் தொண்டைவரை பாய்ந்து அழுத்தியது. அவனின் இரத்தம் தண்ணீரில் கலந்து, குளிர்ந்த நீலக் குளம் முழுவதும் செங்குருதி பரவியது.

அவன் திகிலடைந்து குளத்தை விட்டு வெளியேறியபோது சிவப்பு இரத்தம் அவனின் கால்களினூடே வழிந்து பாதங்கள் வரை நனைத்து பிசுபிசுத்தது. கனவு முடிந்த பின்னர் கூட அது அவனைப் பயமுறுத்திக் கொண்டிருந்தது.

பலவேளைகளில் இந்த வாழ்க்கையை நினைத்து அவன் கவலைப் பட்டாலும் "இன்னும் உயிருடன் உள்ளேன், என்றோ ஒரு நாள் மீண்டும் ஊர் திரும்புவேன்" என்ற பேரவாவுடன் தன்னுடைய நாட்கள், வாரங்கள், மாதங்களைக் கடத்திக் கொண்டிருந்தான்.

பொதுவாகத் துணையிழந்த, பயம் நிறைந்த வாழ்க்கை மரணத்தை இறைஞ்சி நிற்கும். துணைக்குக் கூடியிருந்து கதைக்க, துயர் மிகும்போது சொல்லியழக்கூட யாருமற்ற இந்த வாழ்க்கை பல கட்டத்தில் அவனுக்கு வெறுப்பைத் தந்தாலும் மரணித்து விடவேண்டும் என்ற எண்ணம் மட்டும் ஒரு துளியளவேனும் இற்றைவரை அவனுக்குள் எழுந்ததில்லை.

வாழ்க்கையைப் பல கோணங்களினூடாகப் பார்த்த அவனுக்கு இது ஒன்றும் புதிய விடயமில்லைத்தான், ஆனாலும் இதுவரை நிகழ்ந்த எல்லாத் துன்ப துயரங்களுக்கும் அருகிலிருந்து பங்கெடுத்த, தோழ் கொடுத்த, அவனது குடும்பம் இப்போது அவனுடன் இல்லை என்பதும், அவர்களுடன் தொடர்பில் இருக்க முடியவில்லை என்பதும் அவனால் நினைத்துக் கூடப் பார்க்க முடியாத ஒன்று.

அவன் எந்தக் குடும்பத்துக்காக இத்தனை காலம் படாத துன்ப மெல்லாம் பட்டானோ, யாருக்காக ஊரை விட்டு வெளிக் கிட்டு வெளிநாடு செல்ல முடிவெடுத்தானோ அவர்களை ஆளாக்க முடியவில்லையே என்ற கவலை அவன் மனதைக் கனமூட்டிக் கொண்டிருக்க இதயச் சுமை தாங்காது பாரம் தலைக்கேறியது.

அழுகையும் சோகமும் மிகுந்த பல இரவுகளில் கடவுள் அவனருகில் தோன்றி, அவனுக்கு ஆறுதல் சொல்லுவதாக அவன் உணர்ந்தான், பல நேரங்களில் அவன் உணவுத் தட்டுடன் கடவுள் முன் அமர்ந்து அவருக்கு நன்றி சொன்னான். ஒவ்வொரு இரவும் தன் கனவுகளை ஒன்றன்மேல் ஒன்றாக கடவுளின் முன் அடுக்கி, தன் பாவங்களை ஒப்புக்கொண்டான். இன்னும் சில நாட்களில், அவன் கடவுளின் அருகில் படுத்து உறங்குவதாகக் கனவு கண்டான்.

★★★

ஊரில் சண்டை உக்கிரமாக நடந்த காலத்தில் இடம்பெயர்ந்து சிறு குடிசையில் வசித்த போதும் விறகு வெட்டிக் குடும்பத்தைப் பொன்போல் காத்து வந்தார் கணேசன். மூத்த மகன் சோழன் நன்றாகப் படித்த போதும் அவனே தந்தைக்கு வலது கரமாக இருந்து

உதவி வந்தான். இளையவன் சீலனும் மகள் செல்லாவும் நன்றாகப் படிக்க வேண்டுமென்று படாத பாடெல்லாம் பட்டு உழைத்து வந்தார் கணேசன்.

இறுதிக் கட்டப் போர் உக்கிரமாக நடந்து கொண்டிருந்த ஒருநாள் பொழுதின் முன்னிரவில் இயக்கத்துக்குப் போயிருந்த செல்லா இரண்டாவது முறையாக அவர்கள் இடம்பெயர்ந்து தங்கியிருந்த குடிசைக்குத் திரும்பி வந்திருந்தாள்.

"இயக்கம் ஆயுதங்களை மௌனித்து விட்டார்கள் இனி இதற்குமேல் சண்டை இல்லை" என்று சொன்னாள்.

"அப்ப இனி... அடுத்த கட்டம் என்ன?"

சோழன் திகிலுடன் அவளைப் பார்த்தான், அவள் அவனின் பக்கம் பார்வையைத் திரும்பி;

"சண்டை முடிஞ்சிட்டுது, இதுக்கு பிறகு ஆமிட்ட சரணடையிறதத் தவிர வேறுவழி இல்லை" என்றாள்.

ஆனாலும் அவள் சண்டை முடிந்ததாக இயக்கம் அறிவித்த செய்தியைச் சொல்லிக் கொண்டிருக்கும் போதே ஆமி ஏவிய எறிகணைகள் கொத்துக் கொத்தாக மக்களைத் துவம்சம் செய்து கொண்டிருந்தன.

திடீரென்று நிலம் அதிர்ந்து புழுதி கிளம்பியது. எங்கும் புழுதி, தூசி படிந்துபோய் எல்லோர் முகங்களும் விகாரமாக இருந்தன. அவன் சுற்றும் முற்றும் பார்த்தான் மக்கள் வெள்ளைக் கொடிகளுடன் திரள் திரளாக இராணுவத்திடம் சரணடைந்து கொண்டிருந்தனர்.

இன்னும் பலரை இராணுவம் கைது செய்து டிரக் வண்டிகளில் ஏறிக் கொண்டிருந்தார்கள். தந்தையைப் பார்த்தான் அவரின் வாயருகில் ஒரு சிறு காயம் ஏற்பட்டிருந்தது, அக் காயத்திலிருந்து இரத்தம் கசிந்து கொண்டிருந்தது, அவர் பயத்தில் மூச்சுத் திணறி நடுங்கிக் கொண்டிருந்தார்.

முடிவில் தந்தையை கைத்தாங்கலாக அழைத்துக் கொண்டு எல்லோரும் வெள்ளைக் கொடியுடன் இராணுவத்திடம் சரணடைவதற்காக வரிசையில் சென்றனர்.

அதன்பின் என்ன நடந்தது என்பதை அவனால் விவரிக்க முடிய வில்லை. சரணடைந்த பின்னர் இயக்கத்தில் இருந்த காரணத்தால் தங்கை செல்லாவை இராணுவத்திடம் அவர்கள் கையளிக்கும் போது அவர்கள் பட்ட வேதனையை நினைத்துப் பார்த்தான், அவனின் கண்களில் கண்ணீர் ஆறாக ஓடியது.

இராணுவ டிரக்கின் உள்ளே மிகவும் நெருக்கமாக இருந்த பல டஜன் முகங்களிலும் "இனி என்ன நடக்கப் போகிறதோ" என்ற துயரம் பொங்கி வழிந்து கொண்டிருந்தது, அவர்களில் இருந்து துயரம் பொங்கி வழிந்த முகத்ததுடன் அழுதபடி இருந்த தன் சகோதரியின் முகத்தை மட்டுமே அவனால் அந்த நேரத்தில் அடையாளம் காண முடிந்தது.

மறுபக்கம், புயல் அடித்து ஓய்ந்த நாளின் வாழைத் தோட்டம் போல உயிரற்ற உடல்கள் பார்க்கும் இடமெங்கும் சிதறிக் கிடந்தன.

மீண்டும் கண்களை மூடியபடி முன்னர் தன் கனவில் வந்த கடவுளின் முகத்தை நினைவுபடுத்த முயன்றான், உறக்கம் கண்ணைக் கட்டிக் கொண்டு வந்தது, நீண்ட நேர முயற்சியின் பின்னர் இப்போது அவனது கனவில் மீண்டும் கடவுள் வந்தார்.

அசைவற்றுச் சிதறிக் கிடந்த பல்லாயிரக்கக்கான உடல்களில் இருந்து அவன் கடவுளை அடையாளம் கண்டு கொண்டான். இறுதியில் கடவுளும் இறந்துவிட்டார் என்பதை அவன் உறுதிப் படுத்தியபோது கனவில் இருந்து மீண்டும் விழித்தெழுந்தான்.

தான் அணிந்திருந்த வெள்ளை சட்டை மற்றும் வெள்ளை காற்சட்டையைப் உற்றுப் பார்த்தான், அது வெப்ப மிகுதியால் அல்லது பயத்தினால் ஏற்பட்ட வியர்வையினால் தெப்பமாக நனைந்திருந்தது.

அந்த வெள்ளை உடை அவனுக்கு தன் இளமைக்கால பாட சாலை நாட்களை மெல்ல எட்டிப் பார்க்கத் தூண்டியது. வெள்ளை உடையில் அவனும் தங்கை செல்லாவும் ஒரு பழைய சைக்கிளில் பாடசாலை முடிந்து வீட்டிற்குத் திரும்பி வந்து கொண்டிருக்கிறார்கள், தம்பி சீலன் இன்னுமொரு சின்னச் சைக்கிளில் அவர்களைப் பின் தொடர்கிறான்.

அம்மா சாப்பாட்டுத் தட்டில் சோற்றைக் குழைத்து அவர்களுக்கு ஊட்டி விடுகிறாள். கண்களைத் திறந்திருக்கும் போதுகூட மனத் திரையில் இவையெல்லாம் ஒரு நிழற்படம் போல ஓட்டத் தொடங்கின.

நீண்ட பெருமூச்சொன்றை மூக்கு வழியாக உள்ளே இழுத்து வாய்வழியே வெளியே விட்டான். இதயத் துடிப்பு கொஞ்சம் வேகமெடுத்தது. பழைய நினைவுகளை அசைப் போட்டபடி வெளியே எட்டிப் பார்த்தான் கண்ணுக்கெட்டிய திசையெங்கும் கானல்நீர் அலை போலவும் ஒரு மாயத்திரை போலவும் அசைந்தாடியது.

★★★

காலச்சுழற்சியில் போராட்டத்தில் இணைந்த மகள் செல்லா இறுதிப் போரின் பின்னர் இராணுவத்திடம் ஒப்படைக்கப்பட்டுக் காணாமல் போனோர் பட்டியலில் சேர்ந்து விட, தன் மூத்த மகன் சோழனை உடனடியாக வெளிநாடொன்றுக்கு அனுப்பும் விருப்பம் கொண்டவராய், உறவுகளிடம் உதவி கேட்டு கூடவே தான் சேமித்த பணத்தையும் முதலிட்டு கொழும்புக்கு அனுப்பினார் கணேசன்.

கொழும்பில் பல மாதங்கள், அதன்பின் பெயர் தெரியாத பல நாடுகளில் சில வாரங்கள், மாதங்கள், ஆண்டுகள் என்று நகர்ந்து கொண்டே இருந்தன. இன்று போகலாம் நாளை போகலாம் என ஏஜன்ஜி சொல்லிக் காலத்தைக் கடத்திக்கொண்டிருந்தான்.

அன்றைய இரவு அவனுக்குத் தூக்கம் வர மறுத்தது. நேரம் சாமத்தை நெருங்கியிருந்தது. தாய் தொலைபேசி அழைப்பில் இருப்பதாக வந்த செய்தி கேட்டு ஓடியவன்

“அம்மா என்ன இந்த நேரத்திலை” என்றான் திகைப்புடன்.

“ஐயோ”

மகனின் குரலைக் கேட்டதும் மறுமுனையில் தாய் விமலா பெருத்த குரலெடுத்து அழத்தொடங்கினாள். அவனுக்கு என்ன செய்வதென்றே புரியவில்லை. விக்கிப்போய் வாயடைத்து நின்றான்.

“......”

“அப்பா விறகு வெட்ட போன இடத்தில”

“விறகு வெட்ட போன இடத்தில என்னம்மா... சொல்லும்மா...”

“மிதிவெடிலை கால் ஒண்டு...”

“கடவுளே...”

சொற்கள் தொண்டைக்குள் சிக்கி வெளியே வர மறுத்தன, இதயத்தை பெருந் துயர் அழுத்தியது, கண்கள் இருண்டு அவனுக்குள் ஏதோவெல்லாம் செய்யத் தொடங்கியது, இனம் புரியாத பீதி அவனை விரட்டியது.

“அம்மா நான் எப்பிடி உங்க திரும்பி வாறதெண்டு தெரியல...”

அவனால் பேச முடியவில்லை, தொண்டை வறண்டு சொற்கள் விக்கித்து, தொண்டைக் குழியில் சிக்கிக் கொண்டன.

“இல்லையப்பன் நீ வரக்கூடாது. இனி எங்கடை வாழ்க்கை உன்ர கையிலதான்”

அம்மாவால் அதற்கு மேல் எதுவுமே பேச முடியவில்லை. தொலைபேசி அழைப்புத் துண்டிக்கும் வரை இருவரும் மாறி மாறி அழுதார்கள்.

அவனுக்கு இரவு முழுவதும் நரகமாக இருந்தது. அதிகாலையில் இருளுடன் இருளாக ஏஜன்ஜி வந்தான். எல்லோரும் அவனுடன் போகத் தொடங்கினர்.

“களவாக இத்தாலி போக கப்பல்தான் சிறந்தவழி” என்ற ஏஜன்ஜியின் பேச்சினை நம்பி வெளிக்கிட்ட அத்தனை பேரும் இளைஞர்கள்.

அவனுக்குப் பெயர் தெரியாத ஒரு ஆபிரிக்க நாட்டில் இருந்து கிளம்பிய அந்தக் கப்பல் தள்ளாடித் தள்ளாடிப் பயணத்தைத் தொடர்ந்தது. ஒருநாள், இரண்டாம் நாள், இப்படி இடைநடுவில் பிடிபட்டு அந்நிய நாட்டுச் சிறையில் தன்னுடைய வாழ்வு அடைபட்டுப் போகுமென்று அவன் அன்று நினைத்திருக்கவில்லை.

"எப்படியும் வெளிநாடு செல்வேன், எங்கள் குடும்பத்தைக் கரை சேர்ப்பேன்" என்ற அவனுடைய கனவு நனைவாகாமல் போனதையிட்டு நாளும் போலும் அழுது புலம்பியபடி இருந்தான்.

★ ★ ★

இப்போது தூங்கும் போதெல்லாம் அவனுடைய கனவில் அடிக்கடி அம்மா வந்து போகிறார். அப்பா ஊன்று கோலுடன் நடக்க, அம்மா விறகு வெட்டி குடும்பத்தைக் கொண்டு நடத்துகிறார். தம்பி சீலன் படிப்பை இடைநடுவில் விட்டுவிட்டு அம்மாவினுடைய வலது கையாக இருக்கிறான்.

தங்கை செல்லா எங்கே? எப்படி இருக்கிறாளோ? இல்லையோ? நீளிருள் பொழுதுகளில் கூட இதுவே சிந்தனையாக மனதை நெருடச் சோர்ந்திருப்பான்.

காலம் உருண்டோடியது தன்மீதே அவனுக்கு வெறுப்பாக இருந்தது, எல்லாவற்றையும் மறக்க படாத பாடெல்லாம் பட்டுக்கொண்டிருந்தான். தனக்குப் பைத்தியம் பிடித்து விட்டதோ என்றுகூட சிலவேளையில் எண்ணுவான்.

அன்றும் வழமைபோலவே விடிந்தது. நீண்ட நாட்களின் பின்னர் சிறை அதிகாரியின் வாகனக் கண்ணாடியில் அவனுக்குத் தன் முகம் பார்க்கும் பாக்கியம் கிடைத்தது. அவனால் நம்பவே முடியவில்லை கண்களை வெட்டி, உருட்டி மீண்டும் மீண்டும் பார்த்தான்.

பெரிய மீசை, நீண்ட தாடி, சோர்ந்து வாடிப்போன உடம்புடன், நீண்ட முடியில் அழுக்குப் படிந்து பிசுபிசுத்துப்போய், சிறுவயதில் அவன் சாப்பிட மறுக்கும் போது அம்மா பயமுறுத்தும் 'உம்மாண்டி' கண்ணாடிக்குள் இருந்து பயமுறுத்த மறுபடியும் அவனுக்குள் அம்மாவின் நினைவு எட்டிப் பார்த்தது.

உஷ்...

மின் விசிறியில் இருந்து வரும் காற்று அவளின் கலைந்த கூந்தலை அள்ளி அவனின் நெற்றியை மூடிப் போர்வையாகியிருந்தது. அவனின் நெஞ்சு அவளது மார்புக்கு நேரே, தன் கையால் அவளின் முதுகைக் கட்டி அணைத்தபடி அவன் படுத்திருந்தான். அவனின் மூச்சுக் காற்று அவளின் முகத்துக்கு விசிறியாகி இருந்தது. முன்னிரவின் கதகதப்பில் கூடி மகிழ்ந்திருந்த களைப்பில் அவன் உறங்கிப் போயிருந்தான்.

"அவனுக்கு மட்டும் எப்பிடித்தான் இப்பிடிப் படுத்த உடன நித்திரை வருகுதோ"

என்று மனதுக்குள் நினைத்தபடி, அவனின் தூக்கம் கலைந்து விடாமல் தன்னை அணைத்திருந்த அவனின் கையை மெதுவாக எடுத்து தலையணையில் வைத்தபின் தன் கலைந்த ஆடையைச் சரி செய்து, குளியலறைக்குச் சென்றாள்.

குளியலறைக் கண்ணாடியில் அவள் தன்னைப் பார்த்தாள், நெற்றியில் சூடிய குங்குமப் பொட்டு மூக்குவரை நீண்டு கன்னத்திலும் அப்பியிருந்தது. முகத்தை அலசிக் கழுவியபின் கலைந்திருந்த கூந்தலைச் சரிசெய்து தன் கன்ன முடியிலிருந்து சறுக்கி விழுந்த வியர்வை மணிகளைத் துடைத்தாள்.

மீண்டும் கட்டிலுக்கு வந்தவள் கண்களை இறுக்கி மூடியபடி நித்திரையை வரவழைக்க முயன்றாள். அவளுடைய முதுகுச் சட்டை வியர்வையின் ஈரலிப்பால் முதுகுடன் ஒட்டிப்போய் மென்மையாய் இருந்தது. நித்திரை கண்ணைக் கட்டிக்கொண்டு வருவதுபோல இருந்தாலும் அவளால் தூங்க முடியவில்லை. அடம்பிடித்து வர

மறுத்த நித்திரையை வலுக்கட்டாயமாக வரவழைக்க முயன்று மறுபடியும் தோற்றுப்போயிருந்தாள்.

கதவுக்கு வெளியே, வெளிக் ஹாலில் படுத்திருந்த நாய் 'ஜிம்மி' நித்திரையில் முனகும் சத்தம் அவளின் காதில் தெளிவாக கேட்டது. அது அயர்ந்து தூங்குவது போல இருந்தாலும் ஒரு குண்டூசி விழும் சத்தம் கூட அதன் காதில் கேட்டு எழுந்துவிடும்.

படுக்கையறையை நிரம்பியிருந்த காற்றை மூக்கு முட்ட உள்ளே உறிஞ்சி வாயால் வெளியே விட்டாள். புழுங்கி வழியும் இரவின் அமுக்கம் மேலும் அவளுக்கு ஏதோ செய்தது, மூச்சு முட்டி நீரில் மூழ்குவது போல உணர்ந்தாள். தொண்டை வறட்டிக் கொண்டு வந்தது, தலைமாட்டில் கிடந்த தண்ணீரை எடுத்து இரண்டு மூன்று மிடறுகள் மடக்கு மடக்கென்று குடித்தாள். வியர்வையால் ஊறிப்போயிருந்த அவளின் விரல் நுனிகள் தண்ணீர் போத்தலுடன் ஒட்டிக் கொண்டன.

துருப்பிடித்த தட்டில் பட்டுத் தெறிக்கும் வண்ண ஒளி போல இரவுநேர மின்குமிழின் மங்கிய ஒளியில் தெரியும் ஜன்னல் கம்பிகள் வரிசையாகப் பல கறுப்புக் கோடுகளை வரைந்து நின்றன. அக் கோடொன்றின் வழியே கட்டெறும்பு ஒன்று ஊர்வது தெரிந்தது. வெளிப்புற ஹாலின் இரவு விளக்கிலிருந்து வந்த பழுப்பு நிற வெளிச்சம் குறுக்குவெட்டாகக் கதவிடுக்கினூடே வந்து விழுந்தது.

ஒவ்வொரு முப்பது அல்லது நாற்பது வினாடிகளுக்கு இடையிலும் குளியலறையின் தண்ணீர் குழாயில் இருந்து துளித் ததுளியாகத் தண்ணீர் சொட்டும் சத்தம் நடுநிசியின் நிசப்தத்தைக் கிழித்துக்கொண்டு கேட்டது. "நாளைக்கு முதல் வேலையாய் இந்தத் தண்ணீர் குழாயைத் திருத்த வேணும்" என்று மனதுக்குள் நினைத்துக் கொண்டாள்.

சல்லாபத்தில் இருந்த பல்லிகள் இரண்டு சுவரில் ஓடுவதும் ஒன்றை இன்னொன்று விரட்டிப் பிடிப்பதுமாக மகிழ்ச்சியில் திளைத்திருப்பதை மங்கிய இரவு லைட் வெளிச்சத்திலும் தெளிவாகக் காண முடிந்தது.

★★★

யாழ்ப்பாணப் பல்கலைக் கழகத்தில் படிக்கும் போதுதான் அவனை அவள் முதன் முதலாகச் சந்தித்திருந்தாள். காலம் உருண்டோடி நான்கு வருடப் படிப்பு முடிவில் இரு வீட்டார் சம்மதத்துடன் அண்மையில்தான் இருவரும் திருமணம் செய்து கொண்டனர்.

இருவரும் கிளிநொச்சியின் கிராமம் ஒன்றில் பிறந்து வளர்ந் திருந்தாலும் யாழ்ப்பாணப் பல்கலைக் கழகத்தில் ஒன்றாகப் படித்தமையால் யாழ்ப்பாணம் பற்றிய புரிதலும் முன்னனுபவமும் கொஞ்சம் இருந்தது.

அவர்கள் படித்த போது இருந்த யாழ்ப்பாணத்தின் நிலை வேறு இப்போதைய நிலை வேறாக இருக்கின்றது. எங்கு பார்த்தாலும் போதை, அடிதடி என்று யாழ்ப்பாணம் மாறியிருக்கிறது. ஆனாலும், தொழில் நிமிர்த்தம் போயே ஆக வேண்டும் என்ற கட்டாயம் வந்தபோது வேறு வழியில்லாமல் சொந்த ஊரை விட்டு, யாழ்ப்பாணத்தில் வீடு வாங்கி ஆறு மாதங்களுக்கு முன்னர் அங்கு குடிபெயர்ந்திருந்தார்கள். நகர வாழ்க்கை தொடக்கத்தில் நரக வாழ்க்கையாக இருந்தாலும் காலப்போக்கில் அது அவர்களுக்குப் பழகிப் போயிருந்தது.

ஆனாலும், கடந்த சில வாரங்களாக அங்கு நடைபெறும் நிகழ்வுகள் அவளுக்குப் பயத்தைத் தந்திருக்க வேண்டும்.

"சண்டை நடந்த காலத்தில கூட நாங்கள் கள்ளன் பயம் இல்லாமல் எவ்வளவு நிம்மதியா தூங்கி எழும்பினோம், ஆனால் இன்று நிம்மதியாக ஒருகண் நித்திரை கொண்டெழும்ப முடிய வில்லையே"

என்று மனதுக்குள் வருத்தப்பட்டவளாக கண்களை இறுக்க மூடியபடி மீண்டும் தூக்கத்தை வரவழைக்க முயன்றாள். என்னதான் புரண்டு -புரண்டு படுத்தாலும் சாமம் தாண்டியும் அவளுக்கு நித்திரை வர மறுத்தது.

ஆழ்ந்த உறக்கத்தில் இருக்கும் கணவனைப் பார்க்க அவளுக்குப் பொறாமையாக இருந்தது. ஆனாலும் வார இறுதியில் மட்டுமே ஆழ்ந்து தூங்கும் அவனைத் தட்டி எழுப்ப மனமில்லாதவளாக மீண்டும் கண்களை இறுக்க மூடி நித்திரையை வரவழைக்க

முயன்றாள். அவள் ஒவ்வொரு முறையும் கண்களை மூடும் போதெல்லாம் அந்த இருவரின் முகம் மட்டுமே அடிக்கடி அவளின் மனக்கண் முன் வந்து தொலைத்தது.

அவர்களுக்குப் பெரிய வயதொன்றும் இல்லை கிட்டதட்ட இருபது, அல்லது அதற்கும் குறைவான வயது மதிக்கத்தக்கவர்கள். அண்மைய நாட்களில் இவர்களின் வீட்டைச் சுற்றி வருவதும் நோட்டம் விடுவதுமாக இருந்தனர், கிட்டதட்ட இரண்டு மூன்று வாரங்களாக இது தொடர்ந்து கொண்டே இருக்கின்றது.

இத்தனைக்கும் அவர்கள் வீட்டுக்கு அருகில் ஒரு பெரிய இராணுவ முகாம் உள்ளது. காவல் நிலையம் கூட வெகு தொலைவில் இல்லை, ஆபத்து என்று அழைத்தால்; அவர்கள் வர வேண்டும் என்று நினைத்தால்; ஐந்து நிமிடத்துக்குள் வரக்கூடிய தூரத்தில்தான் காவல் நிலையம் உள்ளது.

நேற்றைய மாலைப் பொழுதில் கூட அவங்கள் ரெண்டு பேரும் குறைந்தது மூன்று நான்கு தடவையாவது இவர்களின் வீட்டைச் சுற்றி வந்திருப்பார்கள். போதாக் குறைக்கு இன்னும் சிலரைக் கூட்டி வந்து இவர்களின் வீட்டுக்கு நேரே உள்ள மரநிழலில் கூடியிருந்து குடித்துக் கும்மாளம் போட்டார்கள்.

“இது தொடர்பாக போலீசுக்கு போன் பண்ணியும் என்ன பயன்? ஒருக்கா கூட இந்தப்பக்கம் வந்து ஏனெண்டு கேக்கேல்லை” மனதுக்குள் நொந்து கொண்டாள்.

“இதுக்கு மேலயும் அட்டகாசம் பண்ணினால் நேர போலீஸ் ஸ்டேஷன் போய் ஒரு கம்பிளைன் கொடுக்க வேணும் இல்லையெண்டால் கோட்டில போய் வழக்கு போடவேணும்” என்று நேற்று மாலையில் கணவன் அவளிடம் சொன்னது ஞாபகத்துக்கு வந்தது.

மூளை நிறைந்த யோசனைகளுடன் அவள் கண்ணயர்ந்து உறங்கிப் போனபோது நேரம் கிட்டதட்ட அதிகாலை ஒரு மணியைத் தொட்டிருந்தது. நல்ல ஆளுறக்கம் என்று சொல்ல முடியா விட்டாலும் அவள் ஓரளவு நல்ல நித்திரையில்தான் இருந்தாள்.

திடீரென்று கேட்ட அந்தச் சத்தம் அவளை மீண்டும் தூக்கத்தில் இருந்து தட்டி எழுப்பியது. யாரோ உச்சந் தலையில் அடித்தது

போலப் பெரிய சத்தம், வெளிக் கேட்டில் யாரோ பலமாகத் தட்டுவது போல இருந்தது. கண்களை அகலத் திறந்து காதுகளைக் கூர்மையாக்கினாள், இப்போது அவளுக்கு எதுவும் கேட்கவில்லை.

"ஏதும் கனவாக இருக்குமோ?"

என்று தன்னைத் தானே கேட்டுக் கொண்டாள். கண்கள் இருட்டி மேலே சொருகின, நித்திரை கண்ணைக் கட்டிக்கொண்டு வந்தாலும் கொண்டுவிடக் கூடாது என்பதில் இப்போது உறுதியாக இருந்தாள்.

இப்போது, மீண்டும் அந்தச் சத்தம் கேட்டது. வெளிக் கேட்டில் யாரோ தட்டுவதுபோல இருந்தது. பின்னர், யாரோ சுவரேறிக் குதித்தது போல ஒரு அதிர்வுச் சத்தம் கேட்டது, அதைத் தொடர்ந்து வெளிக் ஹாலில் படுத்திருந்த ஜிம்மி கடுமையாகக் குரைக்கத் தொடங்கியது.

"ஏன் உந்த நாய் இப்பிடிக் குரைக்குது?" அருண்டு எழுந்த அவன், விழித்தபடி கட்டிலில் இருக்கும் மனைவியைப் பார்த்துக் கேட்டான்.

"உஷ்..."

அவள், அவனின் வாயில் தன் கையை வைத்து அழுத்தி, மெதுவான குரலில் "சத்தம் போட வேண்டாம்" என்றாள்.

என்ன நடந்தது என்று தெரியாதவனாக "ஏன்... என்னாச்சு? நீ ஏன் எழும்பி இருக்கிறாய்? உனக்கு ஏன் இப்பிடி உடம்பெல்லாம் வேர்க்குது?" என்றான்.

"................"

முற்றிலும் இருளால் மூடப்பட்டிருந்த படுக்கை அறையின் மூலையில் இருந்த நாற்காலியில் அவளின் பார்வை சென்று குடியேறியது. அவன் கேட்டது எதுவும் அவளின் காதில் விழுந்தது போலத் தெரியவில்லை. அவளின் கண்கள் படுக்கை அறையைச் சூழ்ந்திருந்தாலும் காதுகளைக் கூர்மையாக்கி வெளியில் ஏதும் சத்தம் கேட்கிறதா என்று கூர்ந்து கேட்டபடி இருந்தாள்.

"என்ன... ஏன் இப்பிடி இருக்கிறாய்..." அவன் அவளைப் பிடித்து உலுப்பினான்.

"வெளியில..."

"வெளில என்ன...?"

"............"

சற்று பயத்துடன் "வெளியில என்னெண்டு கேட்டனான்" என்றான்.

"உஷ்... சத்தம் போட வேண்டாம்..."

"ம்..."

"வெளிக் கேட்டில ஆரோ தட்டுற சத்தம் கேட்டது" என்றாள் பயம் கலந்த குரலில்.

தனக்குள் எழுந்த பயத்தை மறைத்தவனாக அவன், அவளை அணைத்து முதுகில் தடவியபடி "அப்பிடி ஒண்டும் இருக்காது, நீ நேற்றைய நினைவில இருக்கிறாய் போல, பயப்பிடாமல் படு" என்றான்.

"இல்லை ஆரோ மதிலேறி குதிச்சமாரி இருந்தது"

"என்ன...?"

"ஓம், அதுக்குப் பிறகுதான் நாய் குரைக்கத் தொடங்கினது..."

பயத்தால் அவளின் மார்பு மேலும் கீழும் ஏறி இறங்கியது, நெஞ்சு இறுகியதைப் போல உணர்ந்தாள், திடீரென்று ஒரு வெப்ப அலை உடலை முழுமையாகக் கவ்விக் கொண்டது.

"பயப்பிடாதை, நான் என்னெண்டு பாக்கிறேன்..."

"வேண்டாம்... கட்டிலாலை இறங்க வேண்டாம்..."

கட்டிலில் இருந்து எழும்பியவனின் கையைப் பிடித்து வலுக்கட்டாயமாக இழுத்து இருத்தியவள், நடுங்கியபடி அவனைக் கட்டிப் பிடித்தாள்.

"வேண்டாம் நீங்க வெளில போக வேண்டாம்... எனக்குப் பயமாய் இருக்குது"

விக்கலும் விம்மலுமாக மெல்லிய குரலில் அழுதாள். அவளின் கண்களில் இருந்து கண்ணீர் பொலபொலவென்று அருவிபோல

விழுந்து அவனின் தோள் மற்றும் முதுகு வழியே ஆறாக ஓடியது. அவளை சமாதானம் செய்து அணைத்தபடி, அவன் போலீசுக்கு போன் எடுத்தான். மிகவும் மெல்லிய குரலில் ஒன்றும் விடாமல் விவரமாகச் சொன்னபின் போனை வைத்து விட்டு,

“பயப்பிடாதை... இன்னும் கொஞ்ச நேரத்தில போலீஸ் வந்திடும்” என்று அவளை சமாதானம் செய்தான்.

இப்போது வெளிக் ஹாலின் கதவில் பெரிதாக ஓங்கி அடிக்கும் சத்தம் கேட்டது. நாய் விடாமல் ஓடியோடிக் குரைத்துக் கொண்டிருந்தது. அவளின் கையை விடுவித்து, மெதுவாக கட்டிலில் இருந்து இறங்கி உட்புறக் ஹாலுக்கு வந்தான்.

கதவில் ஓங்கி அடிக்கும் சத்தம் ஊருக்கே கேட்கும் படியாக அதிர்ந்தது.

“இதுவே எங்கட சொந்த ஊராய் இருந்தால் இவ்வளவுக்கு ஊரே திரண்டிருக்கும், இது நகரம் என்னதான் செய்யேலும்”

என்று மனதுக்குள் நினைத்தபடி,

“கடவுளே போலீஸ் வாற வரைக்கும் ஏதும் அசம்பாவிதம் நடந்திடக் கூடாது” என்று கடவுளிடம் மன்றாடி வேண்டிக் கொண்டான்.

“டேய்... XXX... கதவைத் திறவுங்கடா...”

திருடர்களில் ஒருவன் வீடே அதிரும்படி கத்தினான்.

“உள்ளுக்கை ஆக்கள் இருக்கிறீங்கள் எண்டு தெரியும், கதவை நீங்களாய்த் திறந்தால் உங்கட உயிருக்கு ஒரு சேதமும் வராது, நாங்களாய் உடைச்சுக் கொண்டு உள்ள வந்தால், என்ன செய்வோம் எண்டு எங்களுக்கே தெரியாது சொல்லீட்டோம்...” இன்னொருவன் பெருத்த குரலில் மிரட்டினான்.

அவள் பயந்து நடுங்கியபடி ஓடி வந்து கணவனின் கையைப் பிடித்து இழுத்துக் கொண்டு மீண்டும் படுக்கை அறைக்குள் போய்ப் பூட்டிக் கொண்டாள்.

ஓரிரு நிமிடங்கள் மயான அமைதி நிலவியது, நாய் இப்போதும் இடைவிடாமல் குரைத்தபடியே இருந்தது.

இப்போது திருடர்களின் சத்தம் எதுவும் கேட்கவில்லை. அவளின் காதருகே போய்,

"ஒருவேளை போலீஸ் வந்திருக்குமோ? எல்லாரையும் பிடிச்சிட்டாங்களோ" என்றான்.

அவள் இரண்டு கைகளாலும் அவனை இறுக்கக் கட்டி அணைத்தபடி இருந்தாள், கைகள் பயத்தால் நடுங்கி அவளுக்கு வியர்த்துக் கொட்டியது.

"எனக்கெண்டால் அப்பிடித் தெரியேல்லை, அவங்கள் வேற ஏதோ பிளான் போடுறாங்கள் போல இருக்கு" என்றாள்.

அவள் நினைத்தது போலவே நடந்தது, இப்போது முன்னை விட இன்னும் பலமாக வெளிக் கதவில் ஓங்கிக் குத்தும் சத்தம் கேட்டது. அதைத் தொடர்ந்து "டமார்" என்ற பெருஞ் சத்தம்.

"கதவை உடைச்சிட்டாங்கள் போல" என்று பயத்துடன் அவள் கத்துவதற்கு முயற்சிக்க, அவளின் வாயைச் சட்டென்று பொத்தி,

"உஷ்... சத்தம் போட்டு காட்டிக் குடுத்திடாத..." என்றான் மிகவும் இரகசியமாக.

ஓடியோடிக் குரைத்துக் கொண்டிருந்த நாய் ஜிம்மியின் குரைப்பொலி திடீரென்று அடங்கி அலறித் துடித்துக் கத்தியது. பின்னர் அது முனகலாக மாறி அப்படியே அடங்கிப் போனது.

"கடவுளே... எங்கட நாய்... நாயை ஏதோ செய்திட்டாங்கள்..."

அவளின் கண்களில் இருந்து கண்ணீர் பொலபொலவென்று ஓடியது. அவன், அவளின் வாயைப் பொத்தியவாறு அவளைக் கட்டி அணைத்தபடி இருந்தான்.

இப்போது முன் கதவுகள் இரண்டும் உடைக்கப்பட்டு வீட்டுக்குள் திருடர்களின் காலடிச் சத்தங்கள் கேட்டன. இருவரும் தம் பிடித்து மூச்சை அடக்கியபடி படுக்கையறையின் மூலையொன்றில் குறுகிக் கொண்டிருந்தனர்.

அவர்களின் அறைக் கதவை யாரோ ஒருவன் எம்பித் தள்ளினான், உள்ளே திறாங்கு போடப்பட்டிருந்த கதவு திறபட மறுத்து அடம்பிடித்தது. அவர்களின் சொற்ப நேர முயற்சிக்குப் பின்னர்,

ஒரே உதையில் படுக்கை அறையின் கதைவை உடைத்துக் கொண்டு கறுப்பு டீசேர்ட் போட்ட உடல் பருத்த ஒருவன் உள்ளே வந்தான்.

அவனுக்குப் பின்னால் ஒரு சிவப்புத் தொப்பிக்காரன், அவனைத் தொடர்ந்து கழுத்தில் சைக்கிள் செயின் போல ஒரு செயினுடன் இன்னொருத்தன் என்று மூன்றுபேரும் படுக்கையறையைச் சூழ்ந்து கொண்டனர். இன்னும் சிலர் வெளியில் சத்தம் போட்டபடி கெட்ட வார்த்தைகளில் திட்டிக் கொண்டிருந்தனர்.

“டேய்... கதவைத் திறக்கச் சொன்னால் திறக்க மாட்டியோ? அவ்வளவு பெரிய அப்பட்டாக்கரோ நீ...”

பற்களை நெருமியபடி சிவப்புத் தொப்பிக்காரன் ஓங்கி அறைந்த அறையில் அப்படியே மூலையில் போய் விழுந்தான் அவன். விழுந்தவனை உடல் பருத்த கறுப்பு டீசேர்ட்டுக்காரன் ஏறி நெஞ்சில் மிதித்தான்.

“உங்களைப் பாக்க என்ர தம்பி மாரி இருக்கிறீங்கள்... பிளீஸ்... அவரை அடிக்க வேண்டாம்... என்ன வேணும் எண்டாலும் எடுத்துக் கொண்டு போங்கோ, தயவுசெய்து அடிக்க வேண்டாம்”

கீழே விழுந்து கிடந்த கணவனைக் கட்டி அணைத்தபடி கதறி அழுதாள்.

“இஞ்சை பார்ரா, அக்கா அழுதாலும் வடிவாய்த்தான் இருக்குது...”

பெரிதாகக் கெக்கட்டமிட்டுச் சிரித்தான் சைக்கிள் செயின் சங்கிலிக்காரன்.

கறுப்பு டீசேர்ட்டுக்காரன் ஒரு கோழியைத் தூக்குவது போல அவளின் தலை முடியைப் பிடித்து இழுத்து அவளை அலாக்காகத் தூக்கிக் கட்டிலில் எறிந்தான். அவளுக்குத் தலை சுற்றிக் கொண்டு வந்தது, கண்கள் இருண்டன, நெஞ்சு திக்திக்கென்று அடித்துக் கொண்டது, சூடான வலி முகத்தை உஷ்ணமாகத் தாக்கியது. மூலையில் மயங்கிக் கிடந்த கணவனைப் பார்த்தாள், அவனுடைய மூக்கில் இருந்து இரத்தம் வழிந்தோடிக் கொண்டிருந்தது.

வெளியே இன்னும் ஒரு சிலரின் சத்தம் கேட்டது. எதிரே நின்றவர்களில் ஒருவன், “கழுத்தில, காதில இருக்கிற எல்லா நகையையும் கழட்டுடி” என்று இடிக் குரலில் கத்தினான்.

“கடவுளே...கடவுளே...” அவளின் உதடுகள் தளதளத்தன, கைகள் நடுங்கின, மந்திரத்துக்குக் கட்டுப்பட்டவள் போல மறு பேசில்லாமல் எல்லா நகைகளையும் கழற்றி அவனிடம் கொடுத்தாள்.

மூக்கில் இரத்தம் வழிந்தோடிக் கிடந்த கணவனை சிவப்புத் தொப்பிக்காரன் இழுத்து வந்து கட்டிலுடன் சேர்த்துக் கட்டினான். அவள் கையெடுத்துக் கும்பிட்டு,

“தம்பி... என்ன வேணுமெண்டாலும் எடுத்துக் கொண்டு போங்கோ, அவரை ஒண்டும் செய்யதையுங்கோ” என்று கெஞ்சி அழுதாள்.

அவன் திரும்பி அவளைப் பார்த்து, “XXX பேசாமல் இரடி” என்று பற்களை நெருமியபடி அதட்டினான்.

அவளுடைய வாழ்நாளில் அவளை யாரும் அப்படி ஒரு கெட்ட வார்த்தையில் திட்டியதில்லை. அவளுக்கு அழுகை பொத்துக்கொண்டு வந்தது, கைகளால் முகத்தை மூடியபடி விம்மத் தொடங்கியவள் பெருத்த குரலெடுத்து அழத் தொடங்கினாள்.

“ஐயோ, ஆராவது காப்பாத்துங்களேன்...”

என்று கத்த வேண்டும் போல இருந்தது. அதற்குள், சைக்கிள் செயின்காரன் தனது கையில் இருந்த இரும்புக் கம்பியை அவளின் முகத்துக்கு நேரே காட்டி, “இனிக் கத்தினாய் எண்டால் அப்பிடியே தலயில ஒரு போடு போட்டுட்டுப் போய்டே இருப்பேன்” என்று மிரட்டினான்.

கணவனைக் கட்டில் காலுடன் சேர்த்துக் கட்டியபின் சிவப்புத் தொப்பிக்காரன் அவளின் பக்கம் திரும்பி நாக்கை நெருமியபடி, சுட்டு விரலை உயர்த்தி “தொலைந்தாய்” என்பதுபோலப் பயமுறுத் தினான்.

“எங்கே நகை, காசெல்லாம் இருக்குது? சொல்லடி...” என்று உறுமினான் கறுப்பு டீசேர்ட்டுக்காரன்.

ஓநாய்களின் நடுவில் சிக்கிய ஆடுபோல அவள் பயந்து நடுங்கினாலும் பதிலேதும் சொல்லாமல் மௌனம் காத்தாள். அவனுக்குக் கோபம் தலைக்கேறியது, கை விரல்களால் தன்

தாடையை தடவியபடி அவளின் உடலைச் சுற்றி வளைத்து இழுத்து முன்னோக்கி நகர்த்தித் தன் உடலுடன் சேர்த்து அழுத்தினான்.

“விடடா... என்னை விடு... நகையெல்லாம் எங்கே இருக்கெண்டு எனக்குத் தெரியாது... அவருக்குத்தான் தெரியும்...”

அவனின் பிடியிலிருந்து விடுபட முயன்றும் அவளின் போராட்டம் தோல்வியிலேயே முடிந்தது, அவளால் அவனது பிடியில் இருந்து விடுபட முடியவில்லை. அவனின் கண்களில் கோபம் பொங்குவதை உணர்ந்தாள். அவனின் வாயில் இருந்து கெட்ட வார்த்தைகள் கோர்வையாக வந்து விழுந்தன. அவனிடமிருந்து வந்த சாராய நெடி அவளுக்குக் குமட்டிக் கொண்டு வந்தது.

“நீ நகை இருக்கிற இடத்தைச் சொல்லாத வரைக்கும் உன்னை விடமாட்டேன்”

அவனின் பிடி இறுகியது, மேலும் வலுவாக இறுக்கினான், அவள் வலியில் துடித்தாள்.

“ஐயோ எனக்கு நகை இருக்கிற இடம் தெரியாது... அவரைத் தண்ணி தெளிச்சு எழுப்புங்கோ, அவருக்குத்தான் நகை இருக்கற இடம் தெரியும்” என்றாள்.

“என்னடி கதை விடுறாய்...” உறுமியபடி சிவப்புத் தொப்பிக்காரன் கையை ஓங்கிக் கொண்டு வந்தான்.

கட்டிலில் கட்டப்பட்டிருந்த கணவன் சற்றுச் சுயநினைவுக்கு வந்தவனாக “அலுமாரித் திறப்பு...” என்று அனுங்கியபடி ரெசின் டேபிள் பக்கம் கையைச் சுட்டிக் காட்டினான்.

அவளை அடிக்க ஓங்கிய கையை நிறுத்திவிட்டுச் சிவப்புத் தொப்பிக்காரன் ரெசின் டேபிளின் லாச்சி ஒன்றிலிருந்து திறப் பொன்றை எடுத்து, “இதுவாடா” என்று கேட்டபடி அவனின் முகத்துக்கு நேரே பிடித்தான். “ஆம்” என்று தலையசைத்து வலியில் முனகியவன் கட்டிலில் கறுப்பு டீசேர்ட்டுக்காரனின் கைகளில் சிக்கிக் கூனிக் குறுகி இருந்த மனைவியைப் பார்த்து தன் கையாலாகாத நிலையை எண்ணிக் கண்ணீர் வடித்தான்.

அலுமாரித் திறப்புக் கிடைத்ததும் தன் பிடியை இளக்கி அவளை அப்படியே கட்டிலில் தள்ளிவிட்ட கறுப்பு டீசேர்ட்டுக்காரன்,

தியா காண்டீபன் | 29

சிவப்புத் தொப்பிக்காரனிடமிருந்து திறப்பை வாங்கி அலுமாரியைத் திறந்தான். உடனே, சிவப்புத் தொப்பிக்காரன் அலுமாரியில் இருந்த நகைகளை அள்ளித் தான் வைத்திருந்த பையில் போட்டான்.

அதன்பின், ஒரு பத்து பதினைந்து நிமிடங்கள் எல்லோருமாக வீடு முழுவதும் சல்லடை போட்டுத் தேடியபின் வீட்டில் இருந்த நகைகள், பணம் எல்லாவற்றையும் சுருட்டிக் கொண்டு அவசர அவசரமாக வீட்டை விட்டு வெளியேறினர்.

வீட்டுக்குள் கேட்ட சத்தம், இப்போது... வீட்டு வாசல், வெளிக் கேட் என்று மெல்ல மெல்லத் தூரமாகிக் கொண்டு போனது. ஆனாலும், கும்மிருட்டில் இன்னும் அவர்களின் சிரிப்புச் சத்தம் கேட்பது போல அவளுக்குப் பிரமையாக இருந்தது.

கைகளை ஊன்றியபடி கட்டிலில் இருந்து மெதுவாக எழ முயன்றாள், ஆனால் இப்போதும் தன்னை யாரோ அழுத்தி பிடித்து கட்டிலில் தள்ளுவதுபோல அவளுக்கே அவள் உடல் பாரமாக இருந்தது. தள்ளாடியபடி, கைகளைக் கட்டிலில் ஊன்றிப் பின் கட்டில் சட்டத்தில் பிடித்தபடி, தயங்கித் தயங்கி எழுந்து கட்டிலில் இருந்து இறங்கிக் கணவனைப் பார்த்தாள், அவனின் முகம் வீங்கிக் கண்கள் சிவந்துபோய் இருந்தன.

அவனின் கட்டுக்களைக் கழற்றி விட்டுத் தண்ணீர் போத்தலைத் தேடினாள், வைத்த இடத்தில் அது இருக்கவில்லை. அறை முழுவதும் தேடியும் கண்ணில் தட்டுப்படவில்லை.

“தண்ணி போத்தலைக்கூட விட்டுவைக்கேல்லை... படுபாவியள்... இவங்களுக்கு நல்ல சாவு வராது, புழுத்துத்தான் சாவாங்கள்...”

திட்டிக் கொண்டே அறையின் கதவைத் திறந்து கைகளை சுவரில் தடவியபடி, லைட் ஸ்விட்சைத் தேடினாள், லைட்டைப் போட்ட பின் அங்கிருந்து மெதுவாக வீட்டின் முன் கதவை நோக்கி நடந்தாள்.

அவளுக்கு மயானத்தின் நடுவே நடப்பது போல விடியாத இரவு வெம்மையாகவும் அமானுஷ்யமாகவும் இருந்தது, ஒரு வெப்ப அலை... காய்ச்சலாக அவளைச் சூழ்ந்து கொண்டது.

உடைந்து நொருங்கிய கண்ணாடிச் சிதறலொன்று அவளின் காலைப் பதம் பார்த்தது. காலில் சிறிதாக இரத்தம் கசியத் தொடங்கியது. மெதுவாக அடிமேல் அடி வைத்து முன் கதவை நோக்கி நடந்தாள்.

இரண்டு மணித்தியாலயாலங்களுக்கு முதல் அழகாக, அமைதியாக இருந்த வீடு இப்போது குப்பை மேடாகக் காட்சி தந்தது. காகிதத் தாள்கள் காற்றாடியின் வேகத்திற்கு ஈடுகொடுக்க முடியாமல் காற்றில் பறந்தன. துணிகள், உடைகள் வீடெங்கும் பரவிக் கிடந்தன.

சாப்பாட்டு மேசையில் இருந்த பழங்கள் அணில் கடித்த குறைகளாக ஆங்காங்கே உருக்குலைந்திருந்தன. சாப்பாட்டுத் தட்டுக்கள் ஹாலுக்குள் தூக்கி வீசப்பட்டிருந்தன. குளிரூட்டியின் கதவு அகலத் திறந்தபடி கிடந்தது. உடைத்து நொருக்கப்பட்டிருந்த யன்னல் கண்ணாடிகளின் சிதறல்கள் வீடெங்கும் பரவிக் கிடந்தன.

கதவு நிலையில் பிடித்தபடி வெளிக் ஹாலை எட்டிப் பார்த்தாள், வெளிக் ஹாலின் கதவு நடுவே, கோடாரியால் கொத்திப் பிரிக்கப் பட்டிருந்தது. வெளிக் ஹாலின் ஒரு ஓரத்தில் அவளின் பாசத்துக்குரிய காவல்காரன் நாய் ஜிம்மி வெட்டுப்பட்டுச் செத்துக் கிடந்தது.

அவளுக்குத் தொண்டை அடைத்தது, நுரையீரலுக்குள் ஏதோ ஒன்று அழுத்தி அவளின் மூச்சைப் பறிப்பது போல இருந்தது, முழங் கால்கள் வளைந்து இறுக்கி கால்கள் நடக்க மறுத்தன.

"ஜிம்மி..." அவளுக்குச் சொற்கள் தளதளத்தன... கண்களில் இருந்து நீர் ஆறாகப் பெருக்கெடுத்து ஓடியது.

பயம், உடல் சோர்வு, நித்திரையின்மை, எல்லாம் ஒன்று சேர்ந்து அவளுக்கு மயக்கம் வந்துவிடும் போல தலை சுற்றியது. எட்டிப் பிடிக்கவென்று சுவரை நோக்கிக் கையை நீட்டினாள், கையில் சுவர் தட்டுப்பட மறுத்தது.

தள்ளாடியபடி மீண்டும் கட்டிலுக்குத் திரும்பிச் சென்றுவிடலாம் என்ற முடிவுடன் மெதுவாகத் திரும்பினாள், ஒரு கையைக் கதவில் பிடித்துக்கொண்டு தண்ணீர் போத்தலை நீட்டியபடி நின்ற அவன் அவளின் கையைப் பிடித்துக் "கவனம்...பார்த்து..." என்று சொல்லியபடி அவளைப் தாங்கிப் பிடித்தான்.

அவள் அவனைப் பார்த்தாள், அவனது வாயருகே வடிந்த இரத்தம் காய்ந்து கறையாக இருந்தது, கண்கள் வீங்கிச் சிவந்திருந்தன. அழுகை, துக்கம், விரக்தி, பயம் எல்லாம் ஒன்றுகூடி அழுத்த ஒரு தாயைக் கண்ட குழந்தையின் வீறிட்ட கதறல் போல "ஐயோஓஓஓஓ..." என்று வீடே அதிரும்படி அழுதவாறு அவனைக் கட்டியணைத்தாள்.

நிலம் கொஞ்சம் கொஞ்சமாக வெளுக்கத் தொடங்கியது. அயலவர்கள் சிலர் கேட்டுக்கு வெளியில் நின்று எட்டிப் பார்த்தார்கள், கேட்டில் போட்ட பூட்டு உடைந்து தொங்கிக்கொண்டிருந்தது. உடைந்து நொருங்கிய சாராயப் போத்தல்களும் சிகரெட்டின் அடிக் கட்டைகளும் வாசலை நிறைத்திருந்தன.

உடைந்த போத்தல்களின் துகள்கள் காலில் குத்தி விடாதபடி அடிமேல் அடிவைத்து, தட்டித் தடவிச் சுவரில் பிடித்தபடி, மெதுவாக நடந்து ஒருவாறாக வெளி வாசலை வந்தடைந்தான், அப்போது காற்றைக் கிழித்தபடி அந்தப் போலீஸ் ஜீப் வந்து அவர்களின் வாசலில் நின்றது.

தங்க வாசல்

மனிதர்கள் எல்லோருக்கும் சில கனவுகள் இருக்கும், சில எதிர் பார்ப்புகள், சில குறிக்கோள்கள் இருக்கும், அதேபோல ஏதோ ஒரு குறிக்கோள் அவளுக்குள்ளும் இருந்திருக்கலாம், எத்தனையோ வருடங்கள் காத்திருப்பின் விளைவாக அது இன்று நிகழவிருந் திருக்கலாம். பல வருட காத்திருப்பின் பின் தாம் எதற்காக காத்திருந் தார்களோ அது நிகழும்போது வரும் ஆனந்தத்துக்கு நிகர் இந்த உலகில் வேறொன்றுமில்லை.

கிட்டத்தட்ட இருபத்தைந்து வருடத்துக்கு மேலான அவளின் காத்திருப்பின் பயனாக அது இன்று அவளுக்கு வாய்த்துள்ளது. தன்னுடைய மிகச் சிறிய வயதில், அவள் தன் பெற்றோருடன் இந்த கோல்டன் கேட் பாலத்துக்கு வந்திருக்கிறாள், அப்போது அவளுக்கு ஐந்து அல்லது ஆறு வயதாக இருந்திருக்கலாம், இன்று அவளுடைய குழந்தை அந்த வயதை நெருங்கிக் கொண்டிருக்கிறாள்.

ஒரு காலத்தில் "கட்டப்பட முடியாத பாலம்" என்று அழைக் கப்பட்டது, இந்த கோல்டன் கேட் பாலம், இது நவீன உலகின் அதிசயமாகப் பார்க்கப்படுகிறது. சான் பிரான்சிஸ்கோவின் மிகவும் பிரபலமான அடையாளமாக இது உள்ளது. இடைவிடாத காற்று, மூடுபனி, பாறைகள் மற்றும் ஆக்ரோஷமான பேரலைகளுக்கு எதிராக நான்கு ஆண்டுகள் போராட்டத்திற்குப் பிறகு 1937இல் இந்தப் பாலம் திறக்கப்பட்டு இன்றும் பேரிளம் பெண்போலப் பேரழகுடன் திகழ்கின்றது.

அவள் பிறந்தது முதல் மிசிசிப்பி ஆற்றின் அழகில் லயித்து வளர்ந்தவள். வட அமெரிக்காவின் மிக நீளமான இந்த ஆறு அவள் வாழும் மினசோட்டா மாநிலத்தில் உற்பத்தியாகி மெக்சிக்கோ

வளைகுடாவரை நீள்கிறது. மினசோட்டா மாநிலத்தில் உள்ள புகழ்பெற்ற சுற்றுலாத் தலங்களில் மிசிசிப்பி ஆறும் ஒன்றாகும்.

அவள் தன் வாழ்நாள் இலட்சியங்களில் ஒன்றாக, தான் சிறுவயதில் தன் பெற்றோருடன் பார்த்து மகிழ்ந்த, கலிபோர்னியாவின் சான் ஃபிரான்சிஸ்கோ வளைகுடாவில் உள்ள கோல்டன் கேட் பாலத்தை மீண்டும் ஒருமுறை தன் துணையுடன் சேர்ந்து பார்த்து ரசிக்க வேண்டும் என்று ஆசை கொண்டிருந்தாள். இரட்டிப்பு மகிழ்வாக, இன்று தன்துணை மற்றும் குழந்தையுடன் சேர்ந்து பார்த்து மகிழும் வரம் அவளுக்கு வாய்க்கப்போகிறது.

விமான நிலையம் பரபரப்பாக இருந்தது, ஏசிக் குளிரில் அவளுக்கு மெதுவான நடுக்கமெடுத்தது. கணவனின் தோள்மீது சாய்ந்தபடி,

“இந்தக் குளிருக்கு ஒரு கப் காஃபி குடித்தால் சூப்பரா இருக்கும்” என்றாள். அவளை தோளோடு அணைத்து அவளின் கன்னத்தில் ஒரு மெல்லிய முத்தம் பதித்தவன்,

“கிவ் மீ எ மினிட்” என்றபடி எதிரே இருந்த வெண்டிங் மெஷின் நோக்கி நடந்தான்.

வெண்டிங் மெஷினில் தனக்கும் அவளுக்குமான விருப்பத் தெரிவுகளைச் செய்து கிரெடிட் காட்டை ஸ்கேன் செய்த அடுத்த நொடியே ஒரு சிறு தானியங்கி ரோபோட் மிகவும் கைதேர்ந்த கேன்டீன்காரர் போல வலமும் இடமுமாகச் சுழன்று அவர்களுக்கான காஃபிகளை ரெடி பண்ணி வெண்டிங் மெஷினின் முன்புறத்துக்கு கொண்டு வந்து சேர்த்தது.

தாயின் விரலைப் பிடித்தபடி விமான நிலைய ஓடு பாதையில் ஊர்ந்து செல்லும் விமானங்களின் அணிவகுப்பை ரசித்துக் கொண்டிருந்தாள் குழந்தை. கிட்டத்தட்ட இருபத்தைந்து வருடங் களுக்கு முன்னர் இதே போல தன் தாயின் கையைப் பிடித்தபடி தான் மகிழ்ந்திருந்த அந்தத் தருணம் அவளின் ஞாபகத்துக்கு மீண்டுமொருமுறை வந்து சென்றது.

இன்னும் ஒரு நாளில் தன்னுடைய பெருங் கனவுகளில் ஒன்று நிறைவேறப் போகிற மகிழ்ச்சியில்... முன்னொரு காலத்தில், தன் தாயின் கையை இதேபோல் இறுக்கப் பிடித்தபடி தான்

மகிழ்ந்திருந்த அந்தப் பழைய நினைவுகளை அசைப் போட்டபடி அவள் அமர்ந்திருந்தாள்.

சற்று நேரத்துக்குள் அவன் காஃபிகளுடன் வந்து சேர்ந்ததும், இருவரும் கதை பேசியபடி காஃபியை ரசித்துக் குடித்தனர். இதற்கிடையில் அவளின் பார்வை அவர்கள் அமர்ந்திருந்த இடத்துக்கு எதிரே உள்ள ஒரு கடையின் மீது விழுந்தது. இந்த அவசர உலகில் தங்கள் காலணிகளை துடைத்துப் போடக்கூட ஒருதுளி நேரமில்லாத மனிதர்களுக்காக உருவாக்கப்பட்ட கடை அது.

"இருக்க வேண்டிய இடத்தில்தான் அது இருக்கிறது" என்று அவள் மனதுக்குள் நினைத்துக்கொண்டாள்.

அவளும் நீண்ட வருடமாக ஒரு பிரசித்தமான கம்பெனியில் வாடிக்கையாளர் சேவை செய்து வருவதாலோ என்னவோ அந்தக் கடைக்காரரின் வேலை நேர்த்தியும், வாடிக்கையாளரைக் கையாளும் திறனும் அவளைக் கவர்ந்திழுத்தது. கிட்டத்தட்ட இந்த ஒருமணி நேரத்தில் ஒரு பத்துச் சோடி காலணிகளையாவது பாலிஸ் போட்டிருந்த அந்த மனிதர், வாடிக்கையாளர்களின் முகம் கோணாதபடி நடந்துகொண்ட விதம் அவளைக் கவர்ந்தது.

உழைத்துக் களைத்துப்போன அவர், இப்போது மகிழ்ச்சி பொங்கத் தனக்குக் கிடைத்த அந்த சொற்ப ஓய்வில் காஃபியை ரசித்துக் குடித்துக்கொண்டிருந்தார். ஏசிக் குளிரிலும் அவரின் முதுகுப் பகுதி வியர்த்து, சேர்ட்டுடன் ஒட்டிப்போயிருந்தது.

போர்டிங் தொடங்கவிருப்பதற்கான அறிவிப்பு விமானநிலைய ஒலிபெருக்கியில் ஒலித்து ஓய்ந்ததும் இருவரும் குழந்தையைக் கையில் பிடித்தபடி தங்களுக்கான அழைப்புக்காக வரிசையில் நின்றனர்.

அதற்குள் அவர்களுக்கு முன்னால் நின்ற கோட்டுப் போட்ட ஒரு முதியவர், "அச்சும்..." என்று பெருத்த குரலில் தும்மியபின் மீண்டும் சுதாகரித்து, "எக்ஸ்கியுஸ்...மீ..." என்றபடி தன் கையில் வைத்திருந்த ரிசூவால் மூக்கைத் துடைத்துக் கொண்டு தன் தும்மலால் யாருக்கும் தொந்தரவு எற்பட்டிருக்குமோ என்ற படபடப்புடன் சுற்றிமுற்றி பார்த்தார்.

வரிசையில் நின்ற சிலர் அவரை விட்டுச் சில அடி தூரம் விலகிக் கொஞ்சம் முன்னே சென்றனர், இன்னும் சிலர் அவரை விசித்திரப் பிராணியைப் போலப் பார்த்தனர்.

“ஏன்தான் மனிதர்கள் இப்படி நடந்து கொள்கிறார்கள்? யாருக்கும் எங்கு வேண்டுமானாலும் தும்மும் உரிமை உண்டுதானே” என்று மனதுக்குள் நினைத்துக் கொண்டாள்.

“உலகில் தும்மலை அடக்க முடியுமா என்ன? எல்லோரும் ஏதோ ஒரு சந்தர்ப்பத்தில் சிறிதாகவோ, பெரிதாகவோ தும்மத்தானே செய்கிறார்கள்? இதில் யாரும் விதிவிலக்கில்லைதானே?” என்று தனக்குள் தானே மீண்டும் மீண்டும் கேட்டுக்கொண்டாள்.

இதற்கிடையில், வரிசை விரைவாக முன்னேற்றி பத்து பதினைந்து நிமிடங்களுக்குள் போர்டிங் முடிந்து விமானம் பறக்கத் தயாரானது.

★★★

சரியாக மூன்றரை மணிநேர விமானப் பயணத்தில் அவர்கள் சான் ஃபிரான்சிஸ்கோ விமான நிலையத்தில் வந்து இறங்கியபோது ஏற்கனவே முன்பதிவு செய்து வைத்திருந்த வாடகைக் கார் தயாராக இருந்தது.

வரிசையில் நின்று கார்த் திறப்பைப் பெற்றுக் கொண்டபோது, “கவனம்... காருக்குள் எந்தப் பெறுமதியான, மற்றும் பெறுமதியற்ற பொருட்களையும் மறந்தும்கூட விட்டுச் செல்லாதீர்கள்” என்று அவர்கள் கண்படும் இடமெல்லாம் எழுதிப் போட்டிருந்த அறிவித் தல்கள் அவர்களுள் ஒருவகையான பயத்தை உண்டுபண்ணியது.

ஹோட்டலுக்குச் சென்றபோது அங்கேயும், அதே வாசகங்கள் “காருக்குள் பொருட்களையும் விட்டுச் செல்லாதீர்கள்” என்ற எச்சரிக்கைக் குறிப்புக்கள். மேலதிகமாக, முகமூடியுடன் கார் கண்ணாடியை உடைப்பவர்களின் புனையப்பட்ட கறுப்பு வெள்ளைப் படங்கள் சிலவும் அறிவித்தல்களை அலங்கரித்திருந்தன. பார்க்கும் இடமெல்லாம், போகும் இடமெல்லாம் இந்த நினைப்பே அவர்களை பாடாய்ப் படுத்தியது.

“இந்தப் பெரிய நகரில், உலகின் பல பகுதிகளில் இருந்து தினமும் எண்ணுக்கணக்கற்ற சுற்றுலாப் பயணிகள் வந்து போகும்

பிரசித்தமான நகரில் பாதுகாப்பு இல்லையென்றால் எப்படி?" என்ற கேள்வி அவர்களை நெருடியது.

அந்த நினைப்பே ஒருவகையான பய உணர்வை உண்டு பண்ணிச் சுற்றுலாவுக்கு வந்ததை மறந்து திருடர்கள் பற்றிய நினைப்பிலேயே அவர்களைத் தள்ளிவிட்டிருந்தது.

அன்றைய மாலை நேரத்தில், இருவரும் குழந்தையின் கைகளைப் பற்றியபடி ஹோட்டலின் சுற்றுப்புற அழகை ரசித்துக்கொண்டு சிறு நடைப்பயணம் போனார்கள். குடாக் கடலில் இருந்து வரும் ஈரம் நிறைந்த உப்புக் காற்று அவர்களுக்குள் ஒருவகையான பரவச நிலையை உண்டு பண்ணியது.

கடற்கரையில் சிலர் தூண்டில் போட்டு மீன் பிடித்துக் கொண்டிருந்தார்கள். இன்னும் சிலர் சைக்கிள்களிலும், மேலும் பலர் கால் நடையாகவும் உடற்பயிற்சிகளில் ஈடுபட்டிருந்தனர். சிலர் சோடியாகக் கைகளைக் கோர்த்தபடி கடற்கரையைச் சுற்றி நடந்துகொண்டிருந்தனர்.

நடந்து வந்தவர்களில் அதிகமானவர்கள் நாய்களைத் தங்களுடன் அழைத்து வந்திருந்தனர். அவர்கள் முகத்தில் எந்தக் கலவரமும் இல்லாமல், இயற்கையை ரசிப்பதிலும் உடற்பயிற்சி செய்வதிலும் ஆர்வமாக இருந்தனர். ஆனாலும், ஊருக்குப் புதியவளான அவளுக்குப் பார்ப்பவர்கள் எல்லோரும் திருடர்கள் போலவே தோற்றமளித்தனர்.

ஹோட்டலின் கீழ்த் தளத்தில் உள்ள உணவகத்துக்கு அன்றிரவு, உணவுக்காகச் சென்றிருந்தார்கள். கூட்டம் நிறைந்திருந்தது, சில மதுப் பிரியர்கள் தங்களுக்குப் பிடித்த மதுபானங்களால் உணவு மேசையை நிறைத்திருந்தனர்.

தங்களுக்குப் பிடித்த உணவுகளை ஆர்டர் செய்து சாப்பிடத் தொடங்கினார்கள், அவள் சாப்பிட்டதை இடையில் நிறுத்திவிட்டு எதையோ உற்றுப் பார்த்தபடி இருந்தாள்.

குழந்தையை உயர நாற்காலியில் இருத்தி பெல்ட் போட்டபடி இருந்த கணவன், "என்ன...?" என்பதுபோல அவளைப் பார்த்தான்.

"உஷ்..."

என்றவள் நீல நிறத்திலான கிழித்த பேண்டும் ஹவாயன் சுற்றுலாப் பயணிபோலப் படங்கள் நிறைந்த சட்டையும் போட்டிருந்த யாரோ ஒருவனை கண்களால் ஜாடை காட்டி, மிகவும் ரகசியமாக மெல்லிய குரலில்,

"அவனைப் பாத்தால் திருடன் போல இருக்கிறான்" என்றாள்.

"மருண்டவன் கண்ணுக்கு இருண்டதெல்லாம் பேய் போலத்தான் இருக்கும்" என்றவன் ஒரு நமட்டுச் சிரிப்புச் சிரித்தபடி, குழந்தைக்குச் சாப்பாட்டைக் கொடுத்து விட்டுத் தானும் சாப்பிடுவதில் குறியாக இருந்தான்.

ஆனால் அவளோ அந்த நபரைக் கடைக் கண்ணால் நோட்டம் விட்டபடி, தன் பார்வையில் இருந்து அவன் விலகாதபடி, அதேவேளை தான் நோட்டம் விடுவது தெரியாதபடி சாப்பிட்டுக் கொண்டிருந்தாள்.

அவன் தங்களைக் கண்காணிப்பது போலவும், சற்றுப் பின்னகர்ந்து மறைவான இடத்தில் அமர்ந்து தங்களை நோட்டம் விடுவது போலவும் அவள் நினைத்தாள்.

சிறிது நேரத்தில் அவன் கைபேசியை காதில் வைத்தபடி யாருடனோ சிரித்துப் பேசிக்கொண்டு, தலையை ஒரு கோணத்தில் சரித்தபடி கிளாசில் உள்ள மதுபானத்தைச் சுவைத்துப் பருகிக் கொண்டிருந்தான். சற்று நேரத்துக்கெல்லாம் இன்னொருவனும் அங்கு வந்து சேர, இருவரும் கை குலுக்கி ஒன்றாக அமர்ந்துகொண்டனர்.

வைத்த கண் வாங்காமல் அவர்களின் ஒவ்வொரு அசைவுகளையும் கவனித்துக் கொண்டிருக்கும் தன் மனைவியை அவன் ஓரக் கண்ணால் பார்க்கத் தவறவில்லை. அவளின் புலனைத் திருப்புவதற்காய், அவளின் முதுகில் தடவித் தோழில் கை போட்டு ஆரத் தழுவினான்.

அவள் அவனுடைய தடவலையோ தழுவலையோ பொருட் படுத்தியது போலத் தெரியவில்லை. அவளின் நடவடிக்கைகள் அனைத்தையும் பார்த்த அவனுக்கு, அன்றிரவு உறங்குவதற்கு ஆயிரத்தில் ஒரு வாய்ப்புக்கூட இல்லை என்று பட்டது.

★★★

இரவு முழுவதும் தூக்கமின்றி விழித்திருந்ததால் அவளுடைய கண்கள் இரண்டும் சிவந்து போயிருந்தன. காலைக் குளிரில் அவளுக்கு லேசாகத் தும்மல் எடுத்தது, ஆனாலும் அது சாதாரணமான தும்மல் என்று அவளுக்குத் தெரியும்.

காலை பத்து மணியாகியும் பனிமூட்டம் கடுமையாக இருந்தது, காரின் வெப்பமானியில் அப்போதைய வெப்பநிலை 12°C என்று காட்டியது. அன்றைய காலை உணவைக் ஹோட்டலில் முடித்த பின்னர் அவளின் பெரு விருப்பத்துக்குரிய கோல்டன் கேட் பாலம் நோக்கி விரைந்து கொண்டிருந்தார்கள்.

வானிலை மிதமான குளிராக இருந்தாலும், உடலுக்கு இதமாக இருந்தது. மிதமான காற்று அமைதியாக வீசியது, மேகங்கள் வெளிப்படையாக ஒன்றையொன்று விரட்டிப் பிடித்து விளையாடிக் கொண்டிருந்தன. முகிற் கூட்டங்கள், வாகனங்களின் புகைபோக்கிகளில் இருந்து வெளிவரும் புகை, மற்றும் பனிப் புகாரால் மலைகளும் மரங்களும் மூடப்பட்டுக் காட்சியளித்தன. பனி மூட்டத்தின் நடுவே சூரியனின் கதிர்கள் ஊடுருவித் தன் வெப்பக் கரங்களை எங்கும் பரப்பத் தொடங்கியிருந்தது.

நேரம் மதியத்தை நெருங்கிக் கொண்டிருந்தது. அவன் மிகவும் கைதேர்ந்த ட்ரைவர் போல காரின் ஸ்டேரிங் வீலை மிகவும் லாவக மாகத் திருப்பி வீதியின் வளைவு நெளிவுகளைக் கடந்து காரைச் செலுத்திக் கொண்டிருந்தான். வாகன நெரிசல் கொஞ்சம் அதிகமாகியதும் கார் மெதுவாக ஊர்ந்து அவளின் பெரு விருப்புக்குரிய கோல்டன் கேட் பாலத்தை நெருங்கிக் கொண்டிருந்தது.

பனிப் புகார்களும் வெண்முகில்களும் கார்களுக்கு இடையில் புகுந்து காற்றோடு சல்லாபித்தபடி இருந்தன. சலசலத்து எழும் பேரலையின் ஓசை பூட்டிய கார்க் கண்ணாடிகளைத் தாண்டியும் உள்ளே கேட்டது.

இந்தப் பெரிய உலகப் பிரசித்தி பெற்ற சுற்றுலா இடத்தில் பாதுகாப்பான ஒரு கார்ப் பார்க்கிங் இல்லாதது அவனுக்கு ஒரு குறையாகப் பட்டது.

“என்ன ஒரு பார்க்கிங் கூட இல்லை? எல்லாம் சின்னச் சின்ன பார்க்கிங் ஏரியாவாய் இருக்குது” என்று குறைப்பட்டுக் கொண்டான்.

முதலில் வந்த பார்க்கிங் ஏரியா வாயிலில் ஒரு போலீஸ் ஜீப் நின்றது. அதற்குள் இருந்து இரண்டு போலீஸ்காரர்கள் கண்காணித்துக் கொண்டிருந்தார்கள்.

"இது பாதுகாப்பான இடமாய் இருக்கும்... இங்க ஏதாவது இடம் இருக்குமோ என்று பாருங்க" என்றாள் அவள்.

தங்கள் காரைப் பார்க் செய்வதற்கான ஒரு இடத்தை அவன் தேடிக்கொண்டிருந்தான். ஒரு இருபது முப்பது கார்கள் மட்டுமே விடக் கூடிய அந்தச் சிறிய பார்க்கிங் ஏரியாவில் ஒரு பார்க்கிங் லாட் கூடக் கிடைக்கவில்லை. பஸ்களில் இருந்து சுற்றுலாப் பயணிகள் இறங்கி நடந்துகொண்டிருந்தார்கள், அவன் இரண்டு ரவுண்டுகள் சுற்றி வந்து பார்த்தான் ஒரு இடமுமில்லை.

பின்னர் நகர்ந்து, அடுத்த பார்க்கிங் ஏரியா, அதன் பின்னர் அடுத்தது என்று தேடி அலைந்து அங்கிருந்து ஒரு கால் மைல் தொலைவில் உள்ள சிறிய பார்க்கின் ஏரியாவில் தங்கள் காரைப் பார்க் செய்தபின், மூன்று மணித்தியாலங்களுக்குரிய பார்க்கிங் பணத்தை மெஷினில் கட்டி ரிஸீட்டை பெற்றுக்கொண்டான்.

பெரும்பாலானவர்கள் வாடகை டாக்சிகளிலும் இன்னும் பலர் பேருந்துகளிலும் வந்திறங்கினர். அவள் குழந்தையை காரின் பூஸ்டர் சீட்டில் இருந்து வெளியே இறக்கும்போது,

"இந்தப் பெரிய சனத் திரளுக்குள் திருடர்களும் இருக்கலாம்" என்று சந்தேகப்பட்டாள்.

"ஏதாவது ஒரு காருக்குள் திருடர்கள் மறைந்திருந்தாலும் ஆச்சரியப்படுவதற்கில்லை" என்று தன் சந்தேகத்தை கணவனிடம் சொன்னாள்.

காருக்குள் எந்தப் பொருட்களையும் விட்டுவிடாமல் தன்னுடன் எடுத்துச் செல்வதில் குறியாக இருந்த அவன் தலையை மேலும் கீழுமாக ஆட்டியபடி,

"இருக்கலாம்..."

என்று சொல்லியவாறே குழந்தையின் கையைப் பிடித்துக்கொண்டு பற்றை போலுள்ள நடைபாதையினூடே பாலம் நோக்கி நடக்க, அவளும் அவர்களைப் பின்தொடர்ந்தாள்.

★★★

அவள் சந்தேகப்பட்டது போலவே, அந்தப் பார்க்கிங் ஏரியாவில் ஏற்கனவே பார்க் செய்யப்பட்டிருந்த ஒரு கறுப்பு கண்ணாடி போட்ட சிறிய ரக வேனில் இருந்து திருடர்கள் மூவர் அங்கு வந்துபோகும் அனைவரையும் நோட்டம் விட்டுக்கொண்டிருந்தார்கள்.

அவர்கள் வேறு எந்த நபரையும் போலச் சந்தேகத்திற்கு இடமின்றி மிகவும் இயல்பாகக் காணப்பட்டனர். அவர்களில் ஒருவன் கறுப்புக் கண்ணாடி அணிந்திருந்தான். இன்னொருவன் பச்சைச் சட்டையும் பழுப்பு நிறத்தில் கிழிந்து தொங்கும் ஸ்டைலான ஒரு காற்சட்டையும் அணிந்திருந்தான். மூன்றாமவன் பெண்கள் போல முடியை நீளமாக வளர்த்து பிடித்துக் கட்டியிருந்தான், அவனின் தாடி மற்றும் மீசை முறையாகப் பராமரிக்கப்பட்டு பார்ப்பதற்குப் படங்களில் வரும் ஹீரோபோல இருந்தான். அவர்கள் மூவரும் வேறு எந்த நபரையும் போலவும் சந்தேகத்திற்கு இடமின்றி காணப்பட்டனர்.

வெயிலையும் மீறிப் பூமழை போலப் பனித்தூறல்கள் பூமியை நனைத்துக் கொண்டிருந்தன. சப்பாத்துக் கால்களுக்குள் ஈரம் புகுந்து அவளது நுனி விரல்களில் சில்லென்று குளிர்ந்தது. குளிர் காற்று அவளின் தலை முடிகளை அங்குமிங்குமாக அசைத்துக் கொண்டிருந்தது.

குழந்தை அலைகடலின் தாளத்துக்கு ஏற்ப தன் மகிழ்ச்சியை வெளிப்படுத்திப் பரவசத்தில் குதூகலித்துக் கொண்டிருந்தாள். குழந்தையின் மகிழ்ச்சியைப் பார்க்கும்போது அவளுக்குத் தன் சின்ன வயசு ஞாபகம் மீண்டுமொருமுறை வந்துபோனது.

அவள் தன் குழந்தையைக் கைகளில் ஏந்திக் கடல் காற்றின் வாசத்தை முகர்ந்து சுவாசித்தாள். அவன் அவர்கள் இருவரையும் போட்டோ எடுப்பதிலேயே குறியாக இருந்தான். செல்பி ஸ்டிக்கில் கைப்பேசியை பூட்டி பார்க்கும் இடமெல்லாம் அவர்களை நிறுத்திப் போட்டோக்களைச் சுட்டுக் தள்ளினான். தன் பிரியத்துக்குரிய குழந்தையையும் மனைவியையும் பல கோணங்களில் இயற்கையுடன் சேர்த்துப் படமாக்கி அதை நினைவுப் பெட்டகமாக வைத்திருக்க அவன் விரும்பியிருந்தான். சில இடங்களில் மூவரும் ஒன்றாகச் சேர்ந்திருக்கும்படி செல்பி எடுத்தான்.

சிவந்த கோல்டன் கேட் பாலம் வெளியே தெரியாதபடி முகில்கள் வெண்துகில் போர்த்தி மூடியிருந்தன. சில்லென்ற குளிர் காற்று முகில்த் திரையை விலக்க, வெக்கப்பட்டு முகம் சிவக்கும் பருவப் பெண்போல திரை மறைவில் இருந்து சிவந்த பாலம் எட்டிப் பார்த்தது.

மக்கள் நான் முந்தி நீ முந்தியென முண்டியடித்து பாலம் நோக்கி விரைந்தனர், மக்களோடு மக்களாக அவர்களும் இரண்டு மணி நேரத்துக்கு மேலாக அழகிய கோல்டன் கேட் பாலத்தின் புற அழகை ரசித்தபடி இருந்தனர். பாலத்தின் மேலேறி ஒரு சிறுநடை நடந்து, பின் சிற்றுண்டிக் கடை, பூங்கா, கப்பற் பயணம் என்று ஒவ்வொரு கோணங்களிலும் சென்று மகிழ்ந்தனர்.

அலை கடலின் பேரிரைச்சலுக்கு இடையே தூரத்தில் போலீஸ் சைரன்களின் சத்தம் ஒலித்தது, இருவரும் உடனடியாகச் சத்தம் வந்த திசையில் தங்கள் காதுகளைத் திருப்பி உற்றுக் கேட்டனர்.

"ரெண்டு மணித்தியாலம் கடந்திட்டுது போகவேணும்" என்று அவன் அவசரப் படுத்தினான்.

அவளும் "சரி போகலாம்" என்பது போலத் தலையசைத்தாள்.

★★★

திருடர்கள் மூவரும் தங்களுக்கான நேரத்துக்காகக் காத்திருந்த வர்கள் போல மின்னல் வேகத்தில் செயற்பட்டார்கள். நீள முடிக்காரன் அருகில் நின்ற இரண்டு கார்களைக் குறி வைத்து, அதன் பின் கண்ணாடி மற்றும் ட்ரைவர் பக்க கண்ணாடிகளை ஒரு இரும்பு போன்ற ஆயுதத்தால் அடித்து உடைக்க, கறுப்பு கண்ணாடி மற்றும் நீண்ட கையுறை போட்டிருந்தவன், உடைந்த கண்ணாடிகள் தன்னில் குத்திவிடாதபடி, அவதானமாக அதேநேரம் விரைவாக காரினுள் இருந்த பொருட்களை அள்ளி தான் வைத்திருந்த பையில் போட்டுத் தங்கள் வேனில் தூக்கி எறிந்தான்.

அடுத்த நொடியே அவர்கள் இருவரும் வேனில் ஏற, மின்னல் வேகத்தில் அந்த வேன் அங்கிருந்து ஓடி மறைந்தது. இவை அனைத்தும் மற்றவர்கள் சுதாகரிப்பதற்குள் மின்னல் வேகத்தில் நடந்தேறி இருந்தன.

நம்பர் பிளேட் போட்ட கார், முகமூடி இல்லாத திருடர்கள், மக்கள் நிறைந்த இடம் என்று இப்படியான திருட்டைச் செய்ய கைதேர்ந்த திருடர்களால் மட்டுமே முடியும்.

யாரும் திருடுவதற்காகக் கூட்டத்தை தேர்ந்தெடுத்திருக்க மாட்டார்கள். ஆயினும்கூட, அவர்கள் அந்த நகரத்தையே தங்கள் கைகளில் வைத்திருப்பது போல மிகவும் இயல்பாக, "ஓடுமீன் ஓடி உறுமீன் வரும்வரை வாடியிருக்கும் கொக்கு போல" நீண்ட நேரம் காத்திருந்து காரியத்தைக் கச்சிதமாகச் செய்து முடித்திருந்தனர்.

"கட்டணம் செலுத்தும் கார் பார்க்கிங் ஏரியாவில் கூட பாதுகாப்புக்கு உத்தரவாதம் இல்லை"

என்பது கூடியிருந்த மக்களை விசனத்துக்குள்ளாக்கியது. எல்லாம் ஒரு நிமிடத்தில் நடந்துவிட அங்கிருந்தவர்களால் வேடிக்கை மட்டுமே பார்க்க முடிந்தது, யாரும் அவர்களுக்கு எதிராக ஒரு குரல்கூடக் கொடுக்கவில்லை. கார்க் கண்ணாடி உடைபடும் சத்தம் கேட்டுக் குழந்தைகளும் பெற்றோரும் பயத்தில் தங்கள் தங்கள் கார்களுக்குள் முடங்கிக் கொண்டனர்.

★★★

கிட்டத்தட்ட இரண்டு மணி நேரத்துக்கு மேலாக மகிழ்ச்சியின் உச்சத்தில் இருந்தார்கள். தங்களின் மூன்று நாள் பயணத்தின் ஒருநாள் வெற்றிகரமாக முடிந்ததையிட்டு அவள் மகிழ்ச்சியில் திளைத் திருந்தாள். குழந்தை இடையிடையே சொட்டைத் தீனிகள் தின்று வயிற்றை நிரப்பிக் கொண்டது. ஆனால் எதுவும் சாப்பிடாததாலும் நீண்ட தூரம் நடந்த களைப்பினாலும் இப்போது அவளுக்குப் பசி வயிற்றைக் கிள்ளியது.

"கிட்ட உள்ள ஏதாவது ஒரு ரெஸ்ரோரண்டுக்குப் போய் முதல்ல ஒரு பிடி பிடிக்க வேணும்" என்றாள்.

"கிட்டத்தில... ஒரு ஐஞ்சு நிமிசக் கார்ப் பயணத்தில ஒரு ரெஸ்டாரண்ட் இருக்குது, நல்லாய் இருக்கும் என்று நினைக்கிறேன்... ஃபோர் ப்ளஸ் ஸ்டார் ரிவியூ காட்டுது" என்றான் அவன்.

கதைத்தபடி ரெஸ்டாரண்ட் போகும் நினைப்புடன் கார்பார்க்கிங் நோக்கி விரைந்தார்கள். கிட்ட நெருங்கும்போது, திடீரென அவள் கத்திக் கொண்டு காரை நோக்கி ஓடினாள்.

"ஐயோ எங்கட காரைப் பாருங்கோ ஆரோ கள்ளர் உடைச்சிட்டாங்கள்" பெரிய குரலில் கத்தியபடி காரை நெருங்கினாள்.

"வெய்ட் காருக்குக் கிட்டப் போகாத" கத்தியபடி குழந்தையைத் தூக்கிக் கொண்டு அவனும் அவளிடம் ஓடினான்.

அவள் பயந்தது போலவே திருடர்கள் தங்கள் கைவரிசையைக் காட்டியிருந்தனர். அவர்களின் காரும் அவர்களின் காரில் இருந்து இரண்டு கார்கள் தள்ளி நின்ற இன்னொரு காரின் கண்ணாடிகளும் அடித்து நொருக்கப்பட்டிருந்தன.

"காருக்குள் பெறுமதியான எந்தப் பொருளும் இல்லையே, படுபாவிகள் ஏன்தான் இப்பிடிச் செய்தாங்களோ?"

நடுங்கியபடி கைகளால் முகத்தை மூடிக் கலங்கி அழுதாள். தாய் அழுவதைத் தாங்க முடியாத குழந்தை தானும் "ஓவென்று" அழத் தொடங்கியது. அவனுக்கு யாருக்கு முதலில் ஆறுதல் சொல்வது என்று தெரியவில்லை.

குழந்தையை ஒருகையால் தடவியபடி மறுகையால் மனைவியை அணைத்து "அழாத... உன்னைப் பார்த்துக் குழந்தையும் அழுது" என்றவன் "நான் போலீசுக்கு போன் எடுக்கிறேன்" என்றபடி கைப்பேசியை எடுத்து அழைக்கத் தொடங்கினான்.

அழுது வடிந்த முகத்துடன் "என்ன நடந்தது என்பதைப் பார்த்தீர்களா?" என்று அவள் சுற்றி இருந்த சிலரிடம் கேட்டாள்.

"இல்லை... ஏதோ பெரிய சத்தம் கேட்டது. இரண்டு, மூன்று விநாடிகள்தான், திரும்பிப் பார்ப்பதற்குள் எல்லாம் முடிந்துவிட்டது." என்றார் ஒருவர்.

இளங்கன்று பயமறியாது என்பது போல, "நான் அந்த ஆளைப் பார்த்தேன்." என்றான் அங்கு நின்ற சிறுவன் ஒருவன்.

"இல்லை... இவன் பார்க்கவில்லை... இல்லை" என்றபடி அவனின் தாய் அவனைத் தங்கள் காருக்குள் கூட்டிச் சென்றாள்.

அங்கு எதிர்வினையாற்றவோ போலீசுக்குச் சாட்சி சொல்லவோ யாருக்கும் நேரமிருக்கவில்லை, யாரும் யாருக்காகவும் தங்கள் நேரத்தை இழக்கத் தயாராகவுமில்லை.

போலீசுக்கு போன் போட்டுவிட்டு வந்தவன் பயந்தபடி நின்ற குழந்தையைத் தூக்கி முதுகில் தடவி, "பயப்பிடாதே" என்றபடி தன் தோளில் போட்டான். குழந்தை பயந்தபடி அவனை இறுக்கக் கட்டிப் பிடித்து அழுதது.

"அழாத... ஒரு பயமுமில்லை"

அவள் அழும் குழந்தையைத் தடவிக் கொடுத்தபடி, அவனைத் திரும்பிப் பார்த்து "போலீஸ் எப்ப வரும்" என்று கேட்டாள்.

"10... 15... நிமிடத்தில"

என்றவன் காருக்குள் எட்டிப் பார்த்தான். பூஸ்டர் சீட்டின் மேலே இருந்த குழந்தையின் விளையாட்டு சாமான்களுடன் பூஸ்டர் சீட்டும் காணாமல் போயிருந்தது. போன் சார்ஜர் மற்றும் காலணிகள் உட்படச் சில சின்னச் சின்னப் பொருட்கள் காணாமல் போயிருந்தன. காரில் இருந்து அவர்கள் எதையும் கழற்றியதுபோலத் தெரியவில்லை.

"அடப் பாவியள்... இந்தச் சின்னச் சாமான்களுக்கெல்லாமா காரை உடைப்பாங்கள்?" வியப்புடன் கேட்டாள் அவள்.

போலீஸ் வந்து விசாரணைகளை முடித்தபின்னர், டோவ்-ரக் வந்து திருத்த வேலைக்காகக் காரைத் தூக்கிச் சென்றது.

இன்சூரன்ஸ் கம்பெனிக்கும் கார் ரெண்டல் டீலருக்கும் போன் செய்து நடந்தவற்றை விவரித்துச் சொல்லிவிட்டு, அங்கிருந்து வாடகைக் காரை புக்பண்ணி நேராகக் ஹோட்டல் போய்ச் சேர்ந்தார்கள்.

மூன்று நாட்கள் திட்டமிட்டு வந்த பயணத்தின் ஒருநாள் சப்பென்று முடிந்துபோனதை நினைத்து அவள் கவலையில் இருந்தாள். அவளுடைய பசுமையான இளமைப் பருவ நினைவுகள், அவளை மீண்டும் இரண்டு தசாப்தங்கள் கழித்து இங்கு அழைத்து வந்தாலும் அவளுக்கு, அவளின் வாழ்வில் மறக்க முடியாத துன்பியல் விடுமுறையாக அது அமைந்திருந்தது. ஆனாலும், தன்னைப் போலத் தன் குழந்தை வளர்ந்த பின் இந்த இடத்துக்கு மீண்டும் வருவாள் என்பதற்கு எந்த உத்தரவாதமும் இல்லை என்பது மட்டும் அவளுக்குத் தெளிவாகப் புரிந்தது.

அன்பழகி

இப்பிடி ஒரு நிலை வருமென்று அவர்கள் கனவில்கூட நினைத்திருக்கவில்லை. நள்ளிரவு தாண்டிய அந்த நேரத்தில், ஆள் அரவமற்று வெறிச்சோடிப் போயிருந்தது யாழ்-கண்டி வீதி. இரவின் அமைதியைக் கிழித்துக்கொண்டு செஞ்சிலுவைச் சங்கக் கொடியுடன் அம்புலன்ஸ் பெரும் ஒலி எழுப்பியபடி வவுனியா நோக்கி விரைந்துகொண்டிருந்தது.

அன்பழகிக்கு அப்போது இருபத்து எட்டு வயது நிரம்பியிருந்தது. பெயருக்கு ஏற்றால் போல அவள் அன்பால் அனைவரையும் கட்டிப் போடும் வல்லமை படைத்த அழகி. பார்ப்போரை மீண்டும் ஒருமுறை திரும்பிப் பார்க்க வைக்கும் கறுப்புப் பேரழகி!

அவளின் கண்களில் அப்படி ஒரு வசீகரம், முழங்கால் வரைநீண்ட கூந்தல், எப்போதும் சிரித்த முகம், சிரிக்கும் போது முன் சுருங்கிப் பின் விரியும் அழகிய பெரிய கண்கள், அழகான தெத்திப் பல்லு வெளித் தெரியச்சிரிக்கும் கள்ளமில்லாத வெண் சிரிப்பு, எந்நேரமும் வாயோயாமல் "லொட லொட" என்ற வெளிப்படையான பேச்சு, குழி விழும் கன்னங்கள் எல்லாம் ஒன்று கூடி அவளை ஒரு பேரழகி என்று உரத்துச் சொல்லிக்கொண்டிருந்தன.

அப்போது அவள் கிளிநொச்சியில் ஒரு சிறிய கிராமத்தில் உள்ள பாலர் பாடசாலை ஒன்றில் ஆசிரியராகப் பணியாற்றிக் கொண்டிருந்தாள்.

"இத்தனை பேரழகியாக இருந்தும் அவள் மீது யாருக்கும் காதல் வரவில்லையா?" என்று கேட்டால், "ஏன் இல்லை" என்றே பதில் வரும். அவளைத் தேடிவந்த அத்தனை காதல் தூதுகள், பெண்பார்க்கும் படலங்கள் எல்லாவற்றையும் தன் தாய் திலகவதிக்காகத் தட்டிக் கழித்திருந்தாள்.

அன்பழகி அரை டசினுக்கு மேற்பட்டவர்களுடன் கூடப் பிறந்தவள். ஒவ்வொருவரும் திசைக்கொன்றாய்ப் பறந்துவிட, யாரும் அற்ற நிலையில் உள்ள தன் வயதான தாய் திலகவாதிக்குக் கடைசி காலத்தில் மூன்றாம் கையாக இருப்பதில் அவளுக்கு அப்படி ஒரு பேரானந்தம்.

அவளின் தாய் திலகவதி ஆங்கிலேயர் இலங்கையை ஆண்டபோது படித்துத் தாதியர் டிப்ளோமா பெற்ற ஒரு புலமையாளர். தமிழ், ஆங்கிலம், சிங்களம் என்று மூன்று மொழிகளிலும் சரளமான இலக்கணப் பிழையின்றி பேசும் எழுதும் புலமை பெற்றவர். ஒரு காலத்தில் கிளிநொச்சியில் மிகவும் கைராசியான பிரசவம் பார்க்கும் தாதி என்று பெயரெடுத்தவர்.

முதுமையின் காரணமாக இப்போது தன் மகளுக்குத் தன்னால் பெரியளவில் வேலைகள், உதவிகளைச் செய்ய முடியவில்லையே என்ற கவலை அவரிடம் கொட்டிக் கிடந்தாலும் சமையல் உட்படச் சின்ன சின்னத் தொட்டாட்டு வேலைகளுக்கு அவ்வப்போது மகள் அன்பழகிக்குத் துணையாக இருப்பதில் அவருக்கு ஒருவகை மகிழ்ச்சி.

வயதாகிய காலத்தில் தன்னைப் பார்க்கத் தன் இளைய மகள் தனக்காகத் தன்னுடன் இருக்கிறாளே என்று மனம் மகிழ்ந்தாலும், தன் மகளுக்குத் தன்னால் உரிய நேரத்தில் கலியாணம் காட்சியைச் செய்து பார்க்க முடியவில்லையே என்ற வருத்தத்தை அவரிடம் அதிகமான நேரங்களில் அவதானிக்க முடிந்தது.

1995 நடுப்பகுதியில் இயக்கம் யாழ்ப்பாணத்தில் இருந்து மக்களை வெளியேறச் சொன்னதும் சிலர் முரண்டு பட்டுக்கொண்டு அங்கேயே நின்று விட, கிட்டத்தட்ட தொண்ணூறு வீதமான யாழ்ப்பாணக் குடாநாட்டு மக்கள் உயிர்ப் பயம் நிறைந்த கிளாலிக் கடல் தாண்டி வன்னிக்கு இடம் பெயர்ந்தனர்.

யாழ்ப்பாண இடம்பெயர்வின் காரணமாகக் கிளிநொச்சி நகரின் மூலை முடுக்கெல்லாம் சனம் நிரம்பி வழிந்துகொண்டிருந்தது. கிளிநொச்சியின் சிறிய கிராமங்கள் கூடப் பெரு நகரங்கள் போலச் சனத்திரளால் பொங்கிப் பிரவாகித்தது.

கவனிப்பாரற்று இருந்த தரிசு நிலங்கள் எல்லாம் பெரிய தோட்டங்களாகவும் வயல்களாகவும் சிறுசிறு குடியிருப்புகளாகவும்

மாறின. குச்சொழுங்கைகள் முதல் குக்கிராமங்கள் வரை மூலை முடுக்கெல்லாம் பெட்டிக் கடைகள் பல முளைத்தெழுந்து குறுகிய காலத்திலேயே வியாபாரம் பல்கிப் பெருகிச் சிறு கடைக்காரர்களும் பெரும் கடை முதலாளிகளாக வளர்ச்சியடைந்தனர்.

“இயக்கம் இன்னும் கொஞ்சநாளில் திருப்பியும் யாழ்ப்பாணத்தைத் தங்கட கட்டுப்பாட்டில கொண்டு வந்திடுவினம், நாங்கள் திரும்பவும் கொஞ்ச நாளில யாழ்ப்பாணம் போகலாம்”

என்ற அவர்களின் நம்பிக்கையே அவர்களில் பெரும் பாலானவர்களை யாழ் மாவட்டத்துக்கு மிகவும் அருகில் உள்ள மாவட்டமான கிளிநொச்சியிலேயே தங்கி விடச் செய்திருந்தது. அதற்கும் மேலாகக் கிளிநொச்சியின் வடிகாலமைப்பு, நீர்வளம் ஆகியனவும் முக்கிய காரணிகளாக அமைந்தன. இன்னொரு காரணியாக, யாழ்ப்பாணத்தில் இருந்து கிளிநொச்சியில் காலங் காலமாகக் குடியேறி வாழ்பவர்கள் இன்னும் தங்கள் யாழ்ப்பாணச் சொந்தங்களுடன் உறவு நிலையைப் பேணி வருவதையும் குறிப்பிடலாம்.

காலப் போக்கில் திரும்பவும் யாழ்ப்பாணம் போகலாம் என்ற அவர்களின் நினைப்பு வெறும் கனவாகிப் போக, கிளிநொச்சியில் தற்காலிகமாக நிலை கொண்ட பலர் பரந்து பட்ட வன்னியின் பிற பாகங்களுக்குச் சென்று குடியேறினர்.

அதேவேளை, யாழ்ப்பாண வீழ்ச்சிக்குப் பின்னர் ஆனையிறவில் இருந்து ராணுவத்தினர் வீசிய எறிகணைகள் கிளிநொச்சி நகரையும் அதை அண்டிய கிராமங்களையும் அடிக்கடி பதம் பார்க்கத் தொடங்கின.

யாழ்ப்பாண இடப்பெயர்வு நடந்து கிட்டத்தட்ட இரண்டு வருடத்துக்குப் பின் அன்பழகியின் முப்பதாவது வயதில் ஒரு அற்புதம் நிகழ்ந்து. அவளது தூரத்து அண்ணன் ஏற்பாட்டில் ஒருநாள் அவளைப் பெண்பார்க்க வந்திருந்தார்கள்.

அன்று அவள் இன்னும் அழகாகத் தெரிந்தாள். தளதளவென்று பளிச்சிடும் பளிங்குமுகம் மிளிர, பச்சையா நீலமா அல்லது இரண்டும் சேர்ந்த மயில் நிறமா என்று சொல்ல முடியாதபடி ஒரு அழகிய புடவையை உடுத்தியிருந்தாள். புடவையின் நிறத்துக்கு ஏற்ப கருநீல நிறத்திலும் கரும் பச்சை நிறத்திலும் அடுக்கடுக்காக

அவளின் கைகளை அலங்கரித்திருந்த வளையல்கள் பெண்களின் சிரிப்பொலி போல கலகலத்தபடி இருந்தன.

தன் நீண்ட தலைமுடியை வாரிவிட்டு இரு கூறாக்கி உச்சி தெரியும்படி வகிடெடுத்து மேற்பாதி முடியை வாரி எடுத்து முடிந்திருந்தாள். அதைச் சுற்றி வெண்ணிற வளையம் போல வட்டமாக வளைத்துக் கட்டியிருந்த மல்லிகை மாலை வந்தவர் களுக்கு இனிமையான வாசனையைத் தந்திருக்க வேண்டும். அழகாக வாரித் தொங்கவிட்டிருந்த கீழ்ப்பாதி முடி முழங்கால் வரை சென்று அவள் நடக்கும் போதெல்லாம் அங்குமிங்குமாக நாட்டியம் பயின்று கொண்டிருந்தது.

வெள்ளை மணி பதித்த காதணிகள் இரண்டும் அவளின் கருங் கூந்தலில் இருந்து வெளித் தெரியும் அழகிய மடல் இதழ்க் காதுகளை அலங்கரித்திருந்தன. வந்தவர்களை வரவேற்க, வேல் போல இரு கைகள் கூப்பி அவள் வணக்கம் வைத்த போது வளையல்கள் அவள் மனம் போல் மகிழ்ச்சியில் துள்ளிக் குலுங்கின.

அவளுடைய கள்ளங் கபடமற்ற பேச்சும் அவர்களின் உபசரிப்பும் பெண் பார்க்க வந்தவர்களுக்கு மகிழ்ச்சியைத் தந்திருக்க வேண்டும். இது ஒரு புரோக்கர் இல்லாத கலியாணம் என்பதனால், “பிறகு சொல்லி அனுப்புகிறோம்” என்ற மழுப்பல் அவர்களுக்குத் தேவைப் படவில்லை. அவளை யாருக்குத்தான் பிடிக்காது போய்விடும்? மணமகன் சரவணனுக்கும் வீட்டினருக்கும் அவளைப் பிடித்துப் போய்விடவே, அவனும் அவர்களின் வீட்டினரும் அங்கேயே தங்கள் சம்மதத்தைத் தெரிவித்து “அவளுக்குச் சம்மதமா” என்று கேட்டனர்.

அழகிய மருட்சி பொருந்திய கண்களை உருட்டி, அவளின் சாயமற்ற அழகிய மலரிதழ் உதடுகளை அசைத்து, மிகுந்த நளினத்துடன் கைகளை மேலும் கீழுமாக ஆட்டி, தன் தாயிடம் எதையோ சொல்லிச் சிரித்தபடி இருந்தாள் அவள்.

கிளி வளர்ப்பவன் அதன் மொழி நயத்தில் இலயித்திருப்பதுபோல அவள் பேசும் அழகைப் பார்த்து ரசித்தபடி இருந்தான் சரவணன். அவள் என்ன பேசுகிறாள் என்பது அவனுக்குப் புரிய வில்லையாயினும் அவளுக்கும் சம்மதம் என்பதை அவளின் நளினமான சிரிப்பே சொல்லியது.

அன்றிலிருந்து ஒரு மாதம் கழித்து வரும் நல்ல முகூர்த்தத்தில் திருமணம் செய்வதற்கான இரு வீட்டாரின் ஒப்புதலுடன் அன்றைய பெண்பார்க்கும் படலம் நிறைவு பெற்றது.

பெண் பார்த்துவிட்டு வந்த நாளில் இருந்து சரவணனுக்கு அன்பழகியின் நினைவுகளிடனே இரு வாரங்கள் உருண்டோடின. அவளின் நினைவுகளுடனேயே மெல்ல எழுந்து கதவை மூடிவிட்டு வந்தான், நித்திரை அவனின் கண்களை இருட்டிக் கொண்டு வந்தது.

அன்பழகி பேரொளியுடன் வந்து அவனின் கண்களை நிரப்பினாள். குறும்பாக உதட்டைச் சுழித்து அவனருகில் வந்தமர்ந்தாள். அவன், அவளின் மெல்லிய சிரிப்பில் மெய்மறந்து லயித்திருந்தான். பள்ளிக் குழந்தைகளின் துள்ளல் கொண்ட சிரிப்பு அவளது.

திடுக்கிட்டு மீண்டும் எழுந்தான், அவனுக்கு அவளை மீண்டும் ஒருமுறை பார்க்கவேண்டும் போலிருந்தது. வெளியே எட்டிப் பார்த்தான், கொட்டிக் கொண்டிருந்த பெரும்போக மாரி மழை சற்று ஓய்ந்திருந்தது. மின்மினிகள் காற்றின் போக்கிற்கு ஏற்ப அங்கொன்றும் இங்கொன்றுமாகக் காற்றில் மிதந்து கொண்டிருந்தன. கூதல் காற்று அவனுக்குக் குளிரைத் தந்தது. குளிருக்கு ஏற்ற சட்டையை போட்டு பித்தான்களைக் கை போன போக்கில் ஏறுக்கு மாறாகப் பூட்டினான். சட்டைக்குள் இருந்தும் அன்பழகி எட்டிப் பார்த்துச் சிரித்தாள்.

திட்டமிட்டபடியே ஒருமாதத்தில் சொந்த பந்தங்கள் சூழ்ந்திருக்க சரவணன் - அன்பழகி திருமணம் இனிதே நிறைவு பெற்றது.

ஆனாலும் அந்த மகிழ்ச்சி நீண்ட நாட்கள் நீடிக்கவில்லை. அவர்களுக்குத் திருமணமாகி ஒரு வாரத்தில் ஆமி ஆனையிறவில் இருந்து கிளிநொச்சி நோக்கி முன்னேற்றத் தொடங்கியிருந்தான்.

பிறந்து வளர்ந்த ஊரை விட்டுப் பிரிந்து போதல் என்பது அவ்வளவு இலகுவான காரியமல்ல, அதுவும் திருமணமாகி ஒரு வாரத்திலேயே இடப்பெயர்வு அவர்களைத் தேடி வந்தது கொடுமையிலும் கொடுமை. கையில் கிடைத்த பொருட்களை எடுத்துச் சைக்கிளில் கட்டிக்கொண்டு வீட்டை விட்டு வெளிக்கிட்டார்கள்.

பிரதான வீதி மக்கள் வெள்ளத்தில் மூழ்கியிருந்தது. மக்கள் திரள் திரளாக இடம்பெயந்து கொண்டிருந்தார்கள், கிளிநொச்சி

50 | அமெரிக்க விருந்தாளி

மாவீரர் துயிலுமில்லம் தாண்டி மக்கள் வெள்ளம் கரை புரண்டு ஓடிக்கொண்டிருந்தது.

அவர்களுடைய சைக்கிள்களில் கட்டிய பாரத்துடன் ஓட்டிச் செல்லவதற்கு சனத்திரள் அவ்வளவாக அவளுக்கு இடம் கொடுக்க வில்லை. அன்பழகி தன் சைக்கிளில் ஏற்றிய சாமான்களுடன் முன்னகர, தன் சைக்கிளில் கட்டப்பட்டிருந்த சாமான்களுடன் சைக்கிளைத் தள்ளிக்கொண்டு அவளின் பின்னே பின் தொடர்ந்த சரவணன் வானத்தை அண்ணாந்து பார்த்தான். முழு நிலவு காலித்திருந்தது, மணி எட்டு, எட்டரை இருக்கலாம் என்று மனதுக்குள் நினைத்துக்கொண்டான்.

மூடு திரை போலப் பரந்திருந்த பனி மூட்டத்திலும் கவிந்திருந்த இருளை ஊடுருவி நிலவொளி அவர்களுடன் கூடவே நடந்தது. கால் போன போக்கில் மக்களோடு மக்களாக அவர்களும் நடந்தார்கள்.

வளைவான முறிப்புக் குளம் நிலவொளி பட்டுத் தெறிக்கையில் ஒரு கண்ணாடியைப் போன்று பிரகாசமாக இருந்தது. ஊருடன் சேர்ந்து இவர்களும் நடந்தார்கள், இவர்களுடன் சேர்ந்து நிலவும் நடந்தது... நடக்கும்போது நிலவொளி குளத்து நீரில் பிரதிபலித்து அவளின் முகத்தில் அதன் விம்பம் விழுந்தது.

குளத்து நீரில் பட்டெழுந்து வரும் குளிர்ந்த ஈரக்காற்று அன்பழகிக்குக் குளிரைத் தந்தது, சரவணனைத் திரும்பிப் பார்த்தாள். அவளுடைய கன்னங்கள் இரண்டிலும் வியர்வை வழிந்து ஆறாக ஓடுவது அவனுக்கு நிலவொளியில் தெளிவாகத் தெரிந்தது. அவளின் கண்கள் சோர்விழந்து ததும்பின. அவளைப் பார்ப்பதற்கே அவனுக்குப் பரிதாபமாக இருந்தது. “இன்றைய இரவை எப்படி எங்கு கழிக்கப் போகின்றோம்” என்ற பெரும் கவலை மற்றவர்களைப் போலவே அவர்களையும் வாட்டி எடுத்தது.

தூரத்தில் எறிகணைகள் விழுந்து வெடிக்கும் சத்தமும் இடை யிடையே துப்பாக்கிச் சூட்டுச் சத்தங்களும் கேட்டுக்கொண்டே இருந்தன. மாரித் தவளைகள் இடைவிடாது கத்திக்கொண்டிருந்தன, தவளைகள் போட்டி போட்டுக் கத்துவது அவளுக்குச் சாவு வீட்டில் பறை அடிப்பது போன்றும் ஒப்பாரி போன்றும் மீண்டும் மீண்டும் காதுகளை வந்தடைந்து ஒருவகையான அச்சத்தைத் தந்தது.

என்னதான் இடம்பெயர்ந்து சென்றாலும், மனதுக்குப் பிடித்த வனுடன் கூடவே நடப்பதில் அவளுக்கு ஒரு சுகம் இருக்கத்தான்

தியா காண்டீபன் | 51

செய்தது. இதற்கிடையில், உழவூர்தியில் இடம்பெயர்ந்து சென்ற அயல் வீட்டாருடன் ஏற்கனவே தாயை அனுப்பியதை எண்ணி நிம்மதிப் பெருமூச்செறிந்தாள்.

இரவு முழுவதும் நடந்த களை, ஊர் பிரிந்த சோகம் எல்லாம் ஒன்று சேர்ந்து அவளுக்கு வலி மிகுந்த வேதனையைத் தந்தது. கண்முன்னே பரந்து விரிந்த வானத்தைப் பார்த்தாள். முகில்கள் வானத்தை விட்டு வெகுதூரம் ஓடிக் கொண்டிருந்தன. கிழக்கு வானில் விடிவெள்ளி நிலை கொள்ளத் தொடங்கியபோது அவர்கள் கிளிநொச்சி மாவட்டத்தின் இன்னொரு முனையில் இருந்த அக்கராயன் குளத்திற்கு வந்து சேர்ந்திருந்தார்கள்.

அக்கராயன் குளத்துக்கு வந்த நான்கு மாதத்திலேயே சரவணன் தன் உடல்வலிமையால் கவனிப்பாரற்று இருந்த தரிசு நிலத்தை வளமான விவசாய பூமியாக்கியிருந்தான். அவனின் புதிய காணியில் பயிர்கள் தலைநிமிர்ந்து நின்றன.

அங்கே குடியிருப்பதற்கு ஒரு குடிசை கட்டியிருந்தார்கள். ஓலையால் வேயப்பட்ட அக்குடிசையை இரண்டாக்கப் பிரித்து, குடிசையின் பின்பகுதியில் ஒரு மறைவான அறையும் முன்பக்கம் சமையல் பகுதியுடன் கூடிய திண்ணையும் அமைத்திருந்தான் சரவணன். அன்பழகி, முன் வாசலுக்குத் தாயின் பழைய சேலை ஒன்றைத் திரை மறைப்பாகப் போட்டிருந்தாள்.

நாட்கள், வாரங்கள், மாதங்கள் எனக் காலம் கரை புரண்டோடியது... அன்பழகியின் வயிற்றில் அப்போது ஆறு மாதக் குழந்தை வளர்ந்து கொண்டிருந்தது.

தன் பிள்ளை பிறக்க முதல் "ஊருக்குப் போய்விட வேணும், என் வீட்டில் என்பிள்ளை வளர வேணும்" என்று பல கனவுகளுடன் நாட்களைக் கழித்துக்கொண்டிருந்தாள் அன்பழகி.

அடிக்கடி முட்டு வருத்தம் என்று படுக்கையில் இருக்கும் தாய் திலகவதி இப்போது சுறுசுறுப்பாக எல்லா வேலைகளையும் இழுத்துப் போட்டுச் செய்யத் தலைப்பட்டார். வயிற்றுப் பிள்ளைக் காரியான தன் மகளுக்கு விரும்பியதை விரும்பிய நேரம் செய்து கொடுத்து கண்ணும் கருத்துமாகப் பார்த்தார்.

ராமன் இருக்கும் இடமே சீதைக்கு அயோத்தி என்பதுபோல கைப்பிடித்தவன் அருகிருந்தால் காடும் சொர்க்கமாகும் என்பதை

இந்த நாட்களில் அன்பழகி அடிக்கடி உணர்ந்தாள். இத்தனை வேலைப் பளுவுக்கு மத்தியிலும் ஒவ்வொரு நாள் மாலையும் அன்பழகியின் கையைப் பிடித்தபடி நடப்பதை வழக்கமாகக் கொண்டிருந்தான் சரவணன்.

இதற்கிடையில் ஊர் பற்றிய நினைப்பு அவளை வதைத்துக் கொண்டிருந்தது. அவள் சோர்ந்து இருக்கும் போதெல்லாம், "வயிற்றில் இருக்கும் பிள்ளைக்கு நல்லது நட" என்று தாய் திலகவதி அடிக்கடி அவளை உற்சாகப் படுத்திக் கொண்டிருந்தாள்.

வெயில் வழமைக்கு மாறாகச் சுட்டெரித்துக் கொண்டிருந்தது, சூரியன் உச்சியைக் கடந்து மேற்கு நோக்கிப் பயணப் பட்டுக் கொண்டிருந்தான். சரவணனும் அன்பழகியும் வழமையான மாதந்தச் "செக்அப்" முடிந்து அப்போதுதான் அக்கராயன் மருத்துவமனையில் இருந்து வீட்டுக்கு வந்திருந்தார்கள். தூரத்தில் எங்கோ ஒலிக்கும் விடுதலைக் கீதங்கள் காற்றில் கலந்து காதில் விழுந்தன.

"ஆசுப்பத்திரியிலை என்ன சொன்னவை"

தேநீர் கோப்பையை மகளிடம் கொடுத்தபடி ஆர்வமாகக் கேட்டாள் தாய் திலகவதி.

"எல்லாம் சரியாய் இருக்குதாம்... பெரும்பாலும் இந்தக் கிழமை முடிய குத்து எழும்பலாமாம், கவனமாய் இருக்கச் சொன்னவை"

சொல்லிக் கொண்டே தேநீரை உறிஞ்சிக் குடித்துவிட்டு வெறும் கோப்பையைத் தாயிடம் நீட்டியவள் அப்படியே திண்ணையில் சாய்ந்து கண்ணயர்ந்து தூங்கி விட்டாள்.

அடுத்த இரண்டு நாட்கள் கடந்து வந்த முன்னிரவொன்றில் அவளுக்குச் சாதாரணமாக அடிவயிற்றில் வலிப்பெடுத்தது. அக்கராயன் மருத்துவமனை அருகிலேயே இருந்தமையால் அடுத்த அரை மணி நேரத்துக்குள் அவர்களால் அன்பழகியை மருத்துவ மனையில் கொண்டு போய்ச் சேர்க்க முடிந்தது.

இரண்டு இரவுகள் முழுவதும் விட்டு விட்டு வயிற்றுக்குத்து இருந்தாலும் குழந்தை பிறப்பதற்கான எந்த அறிகுறியும் இருக்க வில்லை.

அவள் மருத்துவமனையில் இருந்த அந்த இரண்டு நாட்களிலும் வீட்டுக்கும் மருத்துவமனைக்கும் சைக்கிள் ஓடிக் களைத்திருந்தான்

சரவணன். அவளின் அருகில் இருந்து தாய் திலகவதி அவளைப் பார்த்துக்கொண்டார்.

தன் அனுபவத்தின்படி இது கொஞ்சம் கஷ்டமான பிரசவமாக இருக்கும் என்பதைத் தாய் திலகவதி அப்போது உணர்ந்து கொண்டாலும் மகள் பயப்படுவாள் என்பதால் அவளிடம் எதையும் சொல்லாமல் மறைத்தார்.

ஆனாலும், திலகவதிக்கு கைகள் நடுங்கி இதயம் படபடத்தது, பதற்றம் தொற்றிக் கொண்டது. அடுத்தநாள் காலையில் வைத்தியர் வந்ததும், முதல் வேலையாக அவரைச் சந்தித்து அவரிடம் ஆலோசனை கேட்டார்.

"பயப்படும் படியாக ஒன்றுமில்லை... சிலபேருக்குக் குழந்தை பிறக்க அதிகநேரம் எடுக்கும், நீங்களும் தாதியாய் இருந்தனீங்கள்தானே உங்களுக்குத் தெரியாததில்லை..."

வைத்தியர் சொன்னது திலகவதிக்குத் தற்காலிக ஆறுதலைக் கொடுத்தாலும் அவள் மனம் குழம்பியபடி சஞ்சலமாக இருந்தாள்.

இந்த இரண்டு நாட்களில் தாதியர்களும் வைத்தியர்களும் மாறிமாறி அன்பழகியைக் கவனித்துக் கொண்டார்கள். வீடு பக்கத்தில் இருந்ததால் தூரத்துச் சொந்தக்காரர்கள் இடையிடையே வந்து அன்பழகியைப் பார்த்து நலம் விசாரித்து விட்டுப் போனார்கள்.

அன்பழகியின் முகத்தில் ஒருவிதமான பயம் தெரிந்தது. அடிக்கடி குத்தெழும்பியதால் இந்த இரண்டு நாட்களில் அவளால் சரியாகச் சாப்பிட முடியவில்லை. முகம் கறுத்துக் களையிழந்து கிடந்தது. உடல் சோர்ந்து போயிருந்தாள்.

சரவணன் அம்மன் கோயிலில் அரிச்சனை செய்த பையில் இருந்து திருநீற்றை எடுத்து அவளின் நெற்றியில் பூசினான். அவனால் அவளின் கஸ்ரத்தை அருகில் இருந்து பார்க்க முடியவில்லை. தன் விரல்களால் அவளின் தலையை வருடி விட்டான்.

குனிந்து அவள் காதருகே "கவலைப்படாதே எல்லாம் நல்லாய் நடக்கும்" என்றான்.

அவளால் பெரிதாக எதுவும் பேசமுடியவில்லை, மெல்லிய சிரிப்புடன் அவனை நிமிர்ந்து பார்த்தாள்.

இரண்டு நாள் போராட்டத்துக்குப் பின் சத்திர சிகிற்சை இல்லாமல் அன்பழகி ஒரு அழகிய ஆண் குழந்தையைப் பெற்றெடுத் தாள். ஆனால் அதற்குப் பின்னரும் வைத்தியர்கள் மிகவும் பரபரப்பாக இருந்தனர். குழந்தை பிறந்த பின்னர் அன்பழகிக்கு ரத்தப்போக்கு அதிகமாகி, அதைக் கட்டுப்படுத்த முடியாமல் வைத்தியர்கள் போராடினார்கள். மகளின் நிலை கண்டு திலகவதி துடித்துப்போனாள்.

தங்கள் வைத்தியசாலையில் இருந்த சொற்ப வளங்களுடன், வைத்தியர்கள் எவ்வளவுதான் போராடியும் அவர்களால் முடிய வில்லை. அன்பழகியை உடனடியாக இராணுவக் கட்டுப்பாட்டில் உள்ள வவுனியா வைத்தியசாலைக்குக் கொண்டு செல்ல வேண்டிய அவசியத்தை வைத்தியர்கள் அறிவுறுத்தினார்கள்.

சண்டை மிகவும் கடுமையாக நடைபெற்றுக் கொண்டிருப்பதனால் இந்த நள்ளிரவில் அது உடனடியாக முடியாத காரியம் என்பது அவர்களுக்குத் தெரிந்தாலும், வைத்தியசாலை நிர்வாகத்தினர் உடனடி யாகச் செஞ்சிலுவைச் சங்கத்தினரின் உதவியை நாடியிருந்தார்கள்.

★★★

மருத்துவமனையில் இருந்து செஞ்சிலுவைச் சங்கத்தினரின் அம்புலன்ஸில் அன்பழகியை ஏற்ற முன்னர் குழந்தையைச் சரவணனின் கையில் வைத்தியர் தூக்கிக் கொடுத்தார்.

குழந்தையைக் கையில் ஏந்தியபடி அவன் அன்பழகியைப் பார்த்தான். அவள் அரை மயக்கத்தில் இருந்தபடி தன் வலது கையை நீட்டி "குழந்தை பத்திரம்" என்பதுபோல் சரவணனைப் பார்த்தாள்.

நள்ளிரவு தாண்டிய அந்த நேரத்தில் ஆள் அரவமற்று வெறிச்சோடிப் போயிருந்த யாழ்-கண்டி வீதியில், செஞ்சிலுவைச் சங்கக் கொடியுடன் அம்புலன்ஸ் பெரும் ஒலி எழுப்பியபடி வவுனியா நோக்கி விரையத் தொடங்கியது. வைத்தியர் ஒருவர் அருகில் இருந்து அவளைக் கவனித்துக் கொண்டே வந்தார்.

அக்கராயன்குளம் மருத்துவமனையில் இருந்து சுமார் ஒன்றரை மணிநேரத்துக்குள் வவுனியா ஓமந்தை இராணுவச் சோதனைச் சாவடிக்கு வந்திருந்தார்கள். ஆனாலும் இராணுவத்தினர் உள்ளே செல்ல அனுமதி மறுத்தனர்.

"காலையில் சோதனைச் சாவடி திறக்கும்வரை காத்திருக்க வேண்டும்" என்று இராணுவச் சிப்பாய் அடம் பிடித்தான்.

செஞ்சிலுவைச் சங்க அதிகாரி தொடர்பு கொண்டும் உடனடியாக எந்தப் பயனுமில்லை. உள்ளே அனுமதிக்க முடியாது என்று ராணுவம் அடம் பிடித்தது.

ஆனாலும், வைத்தியர் நிலைமையை அம்புலன்ஸ் ஓட்டுநரிடம் சொல்ல அவர் அதை இராணுவத்துக்குச் சிங்களத்தில் மொழி பெயர்த்தார். முடிவில் சோதனைச் சாவடியில் இருந்த இராணுவத் தினன் தன் அதிகாரிக்கு அறிவிப்பதாகவும் அவரிடம் இருந்து முடிவு வரும்வரை பொறுக்க வேண்டும் என்றும் வற்புறுத்தினான்.

மறுபுறம் அம்புலன்ஸில் வைத்தியர் தனக்குத் தெரிந்த தெய்வங்களை எல்லாம் மனதுக்குள் வேண்டியபடி அன்பழகியின் உயிரைக் காப்பாற்றத் தன்னாலானவரை போராடிக் கொண்டிருந்தார்.

முடிவில், வைத்தியரின் போராட்டங்கள், முயற்சிகள் அனைத்தும் தோல்வியில் முடிந்து அம்புலன்ஸிலேயே அன்பழகி உயிர் நீர்த்தாள்.

"ஐயோ கடவுளே, உனக்கும் கண்ணில்லையோ?" அம்புலன்ஸ் அதிரும்படி வைத்தியர் கத்தினார்.

"அதிகாரியிடம் இருந்து பதில் வந்திருக்கிறது... இன்னும் அரை மணிநேரத்தில் உள்ளே வர, ஆமி செக் பொய்ண்ட் திறக்கிறது" என்று இராணுவச் சிப்பாய் அம்புலன்ஸ் ஓட்டுனரிடம் சொன்னான்.

"உங்கள் அலட்சியம் ஒரு உயிரைக் கொன்று விட்டது"

என்று வைத்தியர் இராணுவத்தைப் பார்த்துக் கத்தினார். "என்ன" என்பதுபோல அவன் ஓட்டுனரைப் பார்த்தான். அதை அம்புலன்ஸ் ஓட்டுநர் அவனிடம் சிங்களத்தில் மொழி பெயர்த்துச் சொன்னபின் ஆம்புலன்ஸை மீண்டும் அக்கராயன்குளம் நோக்கி திருப்பினார்.

மீண்டும் அம்புலன்ஸ் அக்கராயன்குளம் வைத்தியசாலை நோக்கி விரைந்தது. தன் மகள் திரும்பி வருவாள், தன் மனைவி மீண்டு வருவாள் எனக் காத்திருந்தவர்களால் இவ்வளவு பெரிய இடியைத் தாங்கிக் கொள்ள முடியவில்லை. பதறிப்போய் மருத்துவமனைக்கு வந்து சேர்ந்தான் சரவணன்.

★★★

மறுநாள் அன்பழகியின் இறுதிச் சடங்கில் ஊரே கூடியிருந்தது.

"ஐயோ நான் என்ன செய்வேன்? கடவுளே உனக்கும் கண்ணில்லையே? தாயில்லாமல் இந்தப் பாலகன் என்ன பாவம் செய்தான்? ஆயிரம் பிள்ளைப்பேறு பார்த்தும் என்ன பயன்? ஐயோ என்ர மகளே... உன்னைக் காப்பாற்ற முடியவில்லையே..."

திரும்பத் திரும்ப இதையே சொல்லிச் சொல்லி அழுது கொண்டிருந்தாள் தாய் திலகவதி.

தன் குழந்தையைக் கையில் ஏந்திக் கொண்டு ஏதேதோ சொல்லி அழுதான் சரவணன். இவ்வளவு விரைவாக அவன் வாழ்க்கை வெறுமையாகி விடும் என்று அவன் கனவில் கூட நினைக்கவில்லை. வேதனையான பிரிவு அவனை வாட்டி வதைத்தது, கண்களில் இருந்து கண்ணீர் ஆறாகச் சுரந்தது...

இறுதிச் சடங்கிற்கான பாடை கட்டி முடிக்கப்பட்டிருந்தது, கூடி நின்றவர்களில் ஒருவர் வெள்ளை வேட்டியைச் சரவணனிடம் நீட்டியபடி, மனைவிக்கு இறுதிக் காரியம் செய்யச் சரவணனை அழைத்தார்.

குழந்தையை மாமி திலகவதியிடம் கொடுத்து விட்டுப் போகத் திரும்பியவன், "ஐயோ..." என்று உரத்த குரலெடுத்து மீண்டும் அழுதான்.

திலகவதியின் கண்கள் இரண்டும் மூடியபடி இருந்தன. திண்ணையில் சாய்ந்தபடியே அவரின் உயிர் உடலைவிட்டுப் பிரிந்து போயிருந்தது.

அமெரிக்க விருந்தாளி

கடுங்குளிரில் விறைத்துப்போய் இருந்த மரங்கள் எல்லாம் சொல்லி வைத்தது போலக் கூட்டம் கூட்டமாக இலை துளிர்க்கத் தொடங்கியிருந்தன. வெண் போர்வை நீக்கிப் பசுந்தரைகள் மெல்ல மெல்ல எட்டிப் பார்த்தன. ஒபாமாவின் எட்டு வருட ஆட்சி முடிவதற்கு இன்னும் ஆறு மாதங்களே மீதம் இருந்தன. ஒரு புறம் ஜனாதிபதித் தேர்தலுக்குரிய ஏற்பாடுகள் மிகவும் மும்முரமாக நடந்து கொண்டிருக்க, இன்னொரு புறம் கிளாரியும் ரம்பும் ஒருவருக்கொருவர் சொல்லம்புகளால் மிகவும் தீவிரமாக மல்லுக்கட்டிக் கொண்டிருந்தார்கள்.

கோடைகால விடுமுறை நெருங்க நெருங்க ரிக்கெற் விலை ஜெட் வேகத்தில் உயரத் தொடங்கியது. ஜூலை மாதம் தாயகம் போவதற்காக மூன்று மாதங்களுக்கு முன்னரேயே ரிக்கெற் புக் பண்ணும் படலத்தைத் தொடங்கியிருந்தேன்.

“இந்தமுறை ஊருக்குப் போகேக்கை துபாய்க்குப் போக வேணும். ஒரு ரெண்டு நாள் எண்டாலும் துபாயிலை நிண்டு போறமாதிரி ரிக்கெட் போடுங்கோ” அடம் பிடித்தபடி இருந்தாள் என் மனைவி.

“அடுத்தமுறை இலங்கைக்குப் போகும் போது துபாய் போகலாம். கொஞ்ச நாள் லீவுலதான் போறோம். இதில துபாய் போனால் இலங்கையில நிக்க நாள் காணாது. அடுத்த முறை போகேக்கை பாப்போம்”

“அடுத்த முறையோ? அடுத்தமுறை இலங்கைக்குப் போகேக்கை சிங்கப்பூர் போகவேணும்”

அவள் பெரியதொரு பிளானோடதான் இருக்கிறாள் என்பது அப்பதான் எனக்குப் புரிய ஆரம்பித்தது.

"ஆ... அப்பிடியெண்டால் இதுதான் கடைசி இலங்கைப் பயணம் சொல்லிப் போட்டேன்"

நானும் என் பிடியைத் தளர விடாமல் விடாப்பிடியாக இருந்தேன்.

"ப்ளீஸ்..."

"நான் சொன்னது சொன்னதுதான். நாலு கிழமை லீவுல பிளேனுக்குள்ள ஒரு கிழமை போயிடும் இதில துபாயில எல்லாம் நிக்கேலாது"

காறாராய்ச் சொன்னதும் அவள் முகத்தைத் திருப்பிக் கொண்டு போய் விட்டாள்.

ஜூலை மாதம் முதல் சனிக்கிழமை அதிகாலை மூன்று மணிக்கே மின்னியாபொலிஸ் ஏர்போர்ட்டுக்குப் போய் விட்டோம். ஆறு பெரிய லாகேச்சுகளிலும் MSP to CMB நாடா ஒட்டி பெல்ட்டில் போட்டபின் போய் வெயிட்டிங் ஏரியாவில் இருந்தோம். குழந்தைகள் இருவரும் முதல் முறையாக இலங்கை போகும் ஆவலில் காத்திருந்தார்கள். மனைவியோ இன்னும் துபாய் நினைப்பிலேயே இருந்தாள்.

விமானம் கிளம்புவதற்கு இன்னும் அரைமணி நேரமாவது ஆகும் என்பதால் அதுவரை இருக்கையில் இருக்க மனமில்லாமல் எழுந்து என் கைப் பையில் இருந்த புத்தகங்களில் ஒன்றை எடுத்துப் படிக்கத் தயாரானபோது என் மகள் குறுக்கிட்டாள்.

"அப்பா இன்னும் எவ்வளவு நேரத்திலை நாங்கள் கொழும்புக்குப் போகலாம்"

"இன்னும் ரெண்டு நாள் ஆகுமடா செல்ல குட்டி..."

"என்ன... ரெண்டு நாளோ...? அப்ப இண்டைக்கு திங்கள்... செவ்வாய்... புதன் கிழமை நாங்கள் யாழ்ப்பாணத்திலை நிப்போம் என்னப்பா..."

நான் "ஆம்" என்பதற்குப் பதிலாகத் தலையை ஆட்டினேன். அவளும் அப்படியே அமைதியாகி விட்டாள்.

தியா காண்டீபன் | 59

இரண்டு மூன்று வாரங்களாக எமது தாய்நாட்டில் இருக்கும் உறவுகளின் புகைப்படங்கள், ஒளிப் படங்களைத் திரும்பத் திரும்பப் பார்த்து அவர்களைத் தன் மனதில் ஞாபகப்படுத்திப் பத்திரப் படுத்திக் கொண்டாள். ஊருக்குப் போகும்போது எடுத்துச் செல்வதற்கென நிறைய விளையாட்டுப் பொருட்களையும் மற்றும் தன் விருப்பத்துக்குரிய சிலவற்றையும் பத்திரப் படுத்தித் தன்னுடனே வைத்திருந்தாள்.

கோடை காலத்துத் தெளிவான நீலவானம், ஆங்காங்கே சில வெண்முகில்கள் என மழைக்கான எந்தக் அறிகுறியும் இல்லாமல் வானம் வெறிச்சோடிக் கிடந்தது. பருவங்கள் ஆறும் மழையும் பனியும் என்று கொட்டித் தள்ளும் மின்னெசோட்டாவில் இப்படி நீலவானம் பார்ப்பது அரிதிலும் அரிது.

விமானம் புறப்படுவதற்கு இன்னும் சில வினாடிகளே இருப்பதாக ஒலிபெருக்கி மூலம் அறிவிக்கப் பட்டு ஆசனத்தில் அமர்வது இடுப்பு பட்டி பூட்டுவது தொடர்பான விவரணங்களை ஒளிப் படமாகக் காண்பித்துக் கொண்டிருந்தார்கள். என் மனைவி சாளரத்தினூடாக வெளியில் பார்த்து; "அமெரிக்காவே நான் போய்வருகிறேன்..." என்பது போல் புன்னகைத்தாள்.

ஆறு வருடங்களுக்கு முன்னர் நாம் இங்கு வந்த போது அவளுக்கு இந்த மண் அவ்வளவாகப் பிடிக்கவில்லை. ஆனால் இப்போது அவளுடைய பூர்வீகமே மினசோட்டா என்பது போல் உணரத் தலைப்பட்டிருந்தாள்.

இரவு ஆகியிருந்ததால் மின்னொளியில் விமான நிலையம் மிகவும் அழகாகத் தெரிந்தது. தன்னைச் சாளரத்தின் பக்கம் இருக்க விடவில்லை என்பதனால் அடம் பிடித்துச் சிறிது நேரம் மௌன விரதம் இருந்த என் மகள் இப்போது விரதத்தை முடித்துக் கொண்டு பேசத் தொடங்கினாள்.

"அப்பா யாழ்ப்பாணம் மினசோட்டா போல இருக்குமோ... அங்கைப் பெரிய கடைகள்... பெரிய பள்ளிக்கூடம்...எல்லாம் இருக்குமோ...?"

என்று தன் வழமையான நக்கீரர் பாணியைத் தொடர்ந்தாள். ஆறு வருடங்களுக்கு முன்னர் நாங்கள் சென்னையில் இருந்து முதன்

முறையாக அமெரிக்கா வரும்போது அவள் சிறு குழந்தையாக இருந்தாள்.

"அப்பா அமெரிக்கா சென்னையைப் போல இருக்குமோ... அங்கை தியேட்டர்...பீச்...எல்லாம் இருக்குமோ..." என்று அவள் அப்போது கேட்டது இப்போது என் ஞாபகத்தில் எட்டிப் பார்த்தது.

"இல்லையடா செல்லம் மினசோட்டா வேற யாழ்ப்பாணம் வேற ரெண்டும் இரண்டுவித வடிவுகள்"

என்று கூறியவாறே அவளின் தலையை என் விரல்களால் கோதி விட்டேன். பஞ்சாக மிதக்கும் முகில்களை விமானத்தின் சாளரம் வழியே பார்த்து ரசித்துக் கொண்டிருந்தவள் அப்படியே உறங்கிவிட்டாள்.

எந்தத் தாமதமும் இல்லாமல் சொல்லி வைத்ததுபோல ஐந்து மணிக்கே கிளம்பிய விமானம், சரியாக மூன்று மணித்தியாலப் பயணத்தின் பின் புளோரிடா நேரம் காலை ஒன்பது மணியளவில் ஒலண்டோ விமான நிலையத்தில் தரையிறங்கியது.

புளோரிடாவில் விமானம் இறங்கியபோது தூக்கத்தில் இருந்து விழித்துக் கொண்டவள் கொழும்பு வந்துவிட்டது எனக் குதூகலித்துக் கொண்டாள்.

"இது கொழும்பு இல்லையடா செல்லம்...புளோரிடா. நாளைக்குள்ள கொழும்புக்குப் போயிடலாம்." எனச் சமாதானம் சொன்னாள் என் மனைவி.

காலைச் சாப்பாட்டை ஒலண்டோ விமான நிலையத்தில் முடித்துக் கொண்டு காலை பதினொன்றரைக்குத் துபாய் நோக்கிப் புறப்படும் எமிரேட்ஸ் போயிங் 777 நோக்கி விரைந்தோம். போடிங் முடிந்து பிளேன் வெளிக்கிடக் கொஞ்ச நேரம் இருக்கையில் மேகம் இருண்டு கருக்கொண்டு பேய் மழை கொட்டத் தொடங்கியது.

துபாயில் இருந்து மாலைதீவின் ஊடாகக் கொழும்பு போகும் விமானத்தைப் பிடிக்க இரண்டு மணித்தியாலங்கள் மட்டுமே இணைப்பு நேர அவகாசம் இருந்தது. கிட்டத்தட்ட ஒன்றரை மணித்தியாலங்கள் தாமதமாக விமானம் கிளம்பியபோது,

தியா காண்டீபன் | 61

என்னுடைய புலனெல்லாம் மிச்சமிருக்கும் அரை மணித்தியாலத்தில் எப்பிடிக் கொழும்புபோற விமானத்தைப் பிடிப்பது என்பதிலேயே இருந்தது.

நல்ல திரைப்படம் நல்ல சாப்பாடு என ஒலாண்டோவில் இருந்து துபாய் வரையான 12 மணிநேர விமானப் பயணம் சலிப்பில்லாமல் போனதால் நேரம் போனதே தெரியவில்லை.

“பிளேன் இறங்கியதும் நாங்கள் முதலில் வெளியே போக ஏதும் ஏற்பாடு உள்ளதா? நாங்கள் அடுத்ததாகக் கொழும்பு போகும் பிளேனுக்கு அவசரமாகப் போகவேணும் ஏற்கனவே தொண்ணூறு நிமிடங்கள் தாமதம்” பணிப் பெண்ணிடம் கேட்டேன்.

“உங்களைப் போல நிறையப் பேர் இந்தப் பிளேனில இருக்கினம். எல்லாருக்கும் கனெக்ஷன் பிளைட்டுக்குத் தாமதம்தான். உங்கட கனெக்ஷன் பிளைட் உங்களுக்காக வெய்ட் பண்ணும் பயப்பிடத் தேவையில்லை”

சொல்லியபடியே போனவள் சற்று நேரத்துக்குள் துபாயில் நிரப்ப வேண்டிய போட்டிங் பாஸை எல்லோரிடமும் தந்து நிரப்பச் சொன்னாள்.

துபாய் ஐக்கிய அமீரகத்தில் உள்ள அழகிய நகரம். 1971 களில் ஆங்கிலேயர்கள் வெளியேறும் வரை வெறும் துறைமுக நகராக இருந்த இந்த நகரம் வளைகுடாவில் பெற்றோலிய வளம் குறைந்த இடம். ரியல் எஸ்டேட் மூலம் தன்னையும் உலகின் மிகப்பெரும் சுற்றுலாத் தளமாக நிலைநிறுத்தத் தொடங்கி வெறும் முப்பது ஆண்டுகள்தான் ஆகின்றன.

துபாயில் மன்னர் மட்டுமே எல்லாச் சொத்துக்கும் அதிபதி. மன்னருக்கு எதிராக யாரும் எதுவும் பேச முடியாது. கருத்துச் சுதந்திரம் நிறைய இருக்குதென்பர். ஆனால் அரசுக்கு எதிராக இங்கு யாரும் வாய் திறக்க முடியாது.

நாற்பது வருடங்களுக்கு முன் கள்ளிச் செடிகள் மட்டுமே அடையாளமாக இருந்த இந்த நகரத்தில் உலகின் உயரமான கட்டிடம், உலகின் பெரிய ஷாப்பிங் மால், களியாட்ட விடுதிகள் என்று வரியே இல்லாத நகரமாக உலகை துபாய் நோக்கி இழுக்க அப்போதைய மன்னர் காரணமாக இருந்தார். அவரின் மகன்தான் இப்போதைய துபாயின் மன்னர்.

துபாய் விமான நிலையத்தில் விமானம் சென்று இறங்கியதும் கைப் பைகளைத் தூக்கிக் கொண்டு பிள்ளைகள் இருவரையும் கையில் பிடித்தபடி ஓட்டமும் நடையுமாக அடுத்த இணைப்பு விமானத்தை நோக்கிப் போனோம். எங்கள் கெட்ட காலம் நாங்கள் போய்ச் சேர்ந்தபோது

“விமானம் ஏற்கனவே கிளம்ப ரெடியாகி விட்டது இனி உள்ளே அனுமதி இல்லை”

என்று போர்டிங் ஏரியாவில் நின்ற பெண் சொன்னதும் அடுத்து என்ன செய்வது எங்கு போவது எதுவுமே தெரியவில்லை.

“இனி நாங்கள் என்ன செய்யிறது?” அவளிடம் திருப்பிக் கேட்டேன்

“இன்னும் கொஞ்ச நேரத்தில மேனேஜர் வருவார் கதையுங்கள்”

சொல்லிவிட்டு அவள் நகர்ந்து போனாள். நேரம் கடந்து கொண்டே இருந்தது யாரும் வரவில்லை. எந்த ஏர்போட்டிலும் இப்படி ஒரு நுளம்புக் கூட்டத்தை நான் பார்த்ததே இல்லை. அந்தக் குறுகிய நேரத்தில் எங்கள் நால்வரின் இரத்தத்தில் எது ருசியான ரத்தம் என்று நுளம்புகள் போட்டி போட்டுக் குத்திக் குமுறிக் கொண்டிருந்தன.

நுளம்புக் கடிக்கு மத்தியில், ஒவ்வொரு இடமாகக் கேட்டு அலைந்து திரிந்து மூன்று மணித்தியாலங்களின் பின்னர் ஒருவாறாக மனேஜரைச் சந்தித்தேன். அவன் ஒரு பாகிஸ்தான் நாட்டவன். ஒரு நிமிடத்துக்குள் அவனுடன் சொல்ல வந்த விஷயத்தைச் சொல்லி விட வேண்டும். அதற்கு மேல் அவனுக்குப் பொறுமையில்லை. கடகடவென்று நான் சொன்னதும்,

“அடுத்த பிளைட்டில போக ஏற்பாடு செய்யிறேன்”

என்றபடி, இன்னொரு பாகிஸ்தான் நாட்டவரைக் கூப்பிட்டு அரபியில் ஏதோ சொல்லி விட்டு அவனுடன் போகுமாறு எங்களைப் பணித்தான்.

“உங்கள் லாகெட்ஸ் எல்லாம் கொழும்புக்குப் போய்ட்டுது. அடுத்த பிளேன் நாளை இரவு பத்து மணிக்கு. அதில சீட் இருந்தால் அனுப்பிறோம். அதுவரைக்கும் நீங்கள் இஞ்சை ஏர்போட்டில நிக்க வேணும்”

தியா காண்டீபன் | 63

அந்தப் பாகிஸ்தானி சொல்லி முடித்த போது எனக்கு என்ன செய்வது என்றே புரியவில்லை.

"இதில எங்கட பிழை ஒண்டும் இல்லையே நாங்கள் ஏன் இந்த நுளம்புக் கடிக்குள்ள நிக்க வேணும்?"

"இப்பிடித்தான் எல்லாரும் வருகிறார்கள். போகிறார்கள். இதுதான் நடைமுறை"

சொல்லி விட்டு அவன் விலகிச் செல்ல முயன்றான். எனக்குக் கோபம் தலைக்கேறியது.

"அது மட்டும் முடியாது... ரெண்டு இரவு அதுவும் சீட் இருந்தால் தான் என்றால்? அப்ப சீட் இல்லை என்றால்? இந்த ஏர் போட்டில என்னால பிள்ளையளை வைச்சுக் கொண்டு ஒரு நிமிஷம் கூட நிக்கேலாது. இந்தா எங்கட பாஸ்போர்ட் இப்பவே எனக்கு அமெரிக்கா திரும்பிப் போகவேணும்."

கடகடவென்று ஆங்கிலத்தில் கத்தியபடி எங்கள் பாஸ்போட்டை நீட்டினேன். அதுவரை ஒரு வகையாக அதிகாரத் தொனியில் பேசியவன் எதிர்த்துப் பேசியதும் எங்கள் பாஸ்போட்டைக் கையில் வாங்கி ஒவ்வொரு பக்கமாகப் புரட்டினான்,

"ஸாரி நீங்கள் அமெரிக்கன் சிட்டிஸனா? ப்ளீஸ் வெயிட் பண்ணுங்கோ"

சொல்லியபடி பாஸ்போர்ட்டைத் திருப்பித் தந்து விட்டு ஆபீஸ் உள்ளே சென்று ஐந்து நிமிடங்கள் கழித்து வெளியே வந்தான்.

"ஸாரி நாளைக்கு இரவு வாற பிளைட்டில ரெண்டு பேர் அடுத்த நாள் காலையில வாற பிளைட்டில ரெண்டு பேர் எண்டுதான் நீங்கள் போகலாம். சீட் இல்லை. எல்லாச் சீட்டும் ஆல்ரெடி புக்ட்"

"அதெப்பிடி? நாங்கள் குழந்தையலோட வந்தனாங்கள் பிரிஞ்சு போக ஏலாது. அதவிட ஏர்போட்டில நிக்கேலாது. சரியான நுளம்புக் கடி"

அவன் மறுபடியும் உள்ளே போனான். திரும்பி வரும்போது இன்னொரு பெண் அதிகாரி அவனுடன் வந்தாள்.

எங்கள் பாஸ்போர்ட்டை மறுபடி அவளும் வாங்கிப் பார்த்தாள்.

"ஸாரி சேர்... ஸாரி பார் த இன்கன்வீனியன்ஸ்..." என்றவள், மேலும் தொடர்ந்தாள்...

"ஓகே, நீங்கள் எல்லோரும் ஒன்றாகப் போக வேணும் என்றால், ஒரே வழிதான் இருக்குது. நீங்கள் நாலு பேரும் ஐந்து நாள் துபாயில தங்க வேண்டி வரும். ஒரு வார விசா தந்து உங்களை துபாயில் தங்க அனுமதி தருவோம். உங்களுக்குரிய ஹோட்டல் சாப்பாட்டுச் செலவு எல்லாம் நாங்கள் ஏற்போம். வெளியே போவது ஷாப்பிங் செய்வது என்றால் அது உங்கள் செலவில்தான் செய்யவேணும். உங்கள் அசௌகரியத்துக்கு மன்னியுங்கள். இதை விட எங்களுக்கு வேறு வழி தெரியேல்லை" அவள் சொல்லி முடித்ததும்

"என்ன செய்யலாம்?"

என்பதுபோல் திரும்பி மனைவியைப் பார்த்தேன். அவள் முகம் முழுவதும் சோகமாக வைத்தபடி வேறு வழியே இல்லை என்பது போல

"ஆம்"

என்று தலையை மேலும் கீழுமாக ஆட்டினாள். அந்த நேரத்தில் அவள் மனதுக்குள் ஆயிரம் பட்டாம் பூச்சிகள் பறந்து கொண்டிருந்தன என்பது எனக்கு மட்டுமே தெரிந்தது.

மிகவும் ஆடம்பரமான ஹோட்டல், மூன்று நேரமும் உயர்தர உணவு வகைகள்.

"அமெரிக்காவில் இருந்து வந்த விருந்தினர்கள் நன்றாகக் கவனிக்க வேண்டும்"

என்று ஹோட்டலில் உள்ளவர்களிடம் சொல்லி வைத்திருந்தார்கள் போலும். என் வாழ்நாளில் அப்பிடி ஒரு ஹோட்டல் அனுபவத்தை நான் கண்டதில்லை. கவனிப்பென்றால் அப்பிடி ஒரு கவனிப்பு.

எங்கள் வீட்டில் இருந்து 'மால் ஆப் அமெரிக்கா' வெறும் பத்து நிமிட தூரத்தில் உள்ளது. இதுவே அமெரிக்காவில் உள்ள மிகப் பெரிய ஷாப்பிங் மால் 5.6 மில்லியன் சதுர அடிகள் கொண்ட பிரமாண்டமான கடைத் தொகுதி கொண்ட இடம். பொழுது போக்காகச் சில நேரங்களில் அங்கு போவது வழக்கம். அமெரிக்காவின் பெரிய ஷாப்பிங் மால் அது. இன்று உலகின் பெரிய

'துபாய் ஷாப்பிங் மால்' இல் ஒரு 'காஃபீ' வாங்கி மனைவிக்குக் கொடுத்தேன்.

"நான் கேட்டது உங்கட காதில விழுந்துதோ இல்லையோ எமிரேட்ஸ் காரனின்ர காதில நல்லாய் விழுந்திருக்குது" காஃபியை உறிஞ்சியபடியே மனைவி புன்னகைத்தாள்.

நான்கு நாட்களுக்குள் துபாயின் மூலை முடுக்கெல்லாம் சுற்றிப் பார்த்தாகி விட்டது. பிள்ளைகள் இருவரும் தங்கள் காமெராக்களில் குறைந்தது ஆயிரம் போட்டோவுக்கு மேல் எடுத்திருப்பார்கள்.

மீனா பஜார், சைனா மால், நகைக் கடைகள் என்று எல்லா இடத்திலும் வாங்கிக் குவித்த உடைகள், நகைகள், பொருட்கள் என்று கையில் இருந்த பைகளுடன் மேலதிகமாக இரண்டு பெரிய லாகேட்சுகள் புதிதாகச் சேர்ந்திருந்தன. எனக்கென்னவோ துபாய்க்காரன் திட்டமிட்டுத்தான் பயணிகளைத் தாமதப்படுத்துவதாக என் மனதில் பட்டது.

ஐந்தாவது நாள்க் காலையில் கொழும்புக்குப் போவதற்கு ஆயத்தமாகக் குளித்து வெளிக்கிட்டு நின்றோம். ஏர்போட்டில் இருந்து வந்த வானின் எல்லா லாகேச்சுகளையும் தூக்கி வைத்து விட்டுத் திரும்பியபோது,

"அன்புள்ள அமெரிக்க விருந்தாளிகளே... அடுத்தமுறை வரும் போதும் எங்கள் ஹோட்டலுக்கே வாருங்கள்"

கையசைத்தபடி நின்றார் ஹோட்டல் மேனேஜர். ஹோட்டலில் வேலை செய்யும் அனைவருக்கும் நன்றி சொல்லி விடைபெற்றபோது, புதிதாக முளைத்திருந்த இரண்டு லாகேட்சுகளும் சீட்டுக்கு அடியில் இருந்து உருண்டு வந்து காலில் தட்டுப்பட்டன.

"துபாய்க்காரன் உண்மையிலயே கெட்டிக்காரன்தான். இலவசமாய்க் ஹோட்டல் தந்து, பத்தாயிரம் டொலர் கிரெடிட் கார்ட் பில்லையும் ஏத்திட்டான்" வலுக்கட்டாயமாகச் சிரித்தபடி மனைவியைப் பார்த்துச் சொன்னேன்.

"அடுத்தமுறை இலங்கைக்குப் போகேக்கை சிங்கப்பூரில ரெண்டு நாள் தங்கிப் போற மாதிரி ரிக்கெற் போடுங்கோ" என்றாள் பதிலுக்கு அவளும் புன்னகைத்தபடி.

மை நேம் இஸ் கோகுலன்

கனடாவுக்கு என்று வெளிக்கிட்ட கோகுலன் நீண்ட நெடிய மாதங்களைக் கடந்து விமானத்திலும் நடையாகவும் வாகனங்களிலும் சென்று பிரான்ஸில் இறங்கி, முடிவில் லண்டனுக்கு வந்து இன்றுடன் ஆறு மாதங்கள் கடந்திருந்தன. இப்போது அவன் இலங்கையில் இருந்து லண்டன் வந்து குடியேறி புகலிடத்துக்காக அலையும் ஒரு அகதி, அவனுக்கு குடியுரிமை இல்லை, காப்புறுதி இல்லை.

தங்குவதற்கு வீடு, சாப்பிட உணவு, இவற்றுக்கெல்லாம் அடிப் படையாக, உடனடியாக அவனுக்கென்று ஒரு வேலை தேவை. இவனைப் போன்ற பலருக்கு மலிவான கூலியில் வேலை கொடுக்க லண்டனில் பலர் முன்வந்தனர், அவன் இப்போது அங்கே தமிழருக்குச் சொந்தமான ஒரு உணவு விடுதியில் உள்ள கிச்சனில் எடுபிடி வேலைகளைச் செய்யப் பழக்கப் பட்டிருந்தான்.

கோகுலனுக்கு உருண்டு திரண்ட பெரிய கண்கள், அவன் லேசில் யாரிடமும் புன்னகைக்க மாட்டான், தலை முடியை எப்போதும் குட்டையாகவே வெட்டியிருப்பான். இப்போதைக்கு அவனிடம் அணிவதற்கு இரண்டு சோடி பான்டுகளும் சேர்ட்டுகளும் இருந்தன, அதற்கு மேலே அந்த மண் நிறத்திலான ஸ்வெட்டெர் ஒன்றைக் குளிர் நேரங்களில் அணிந்திருந்தான்.

அந்த உணவு விடுதியில் அவன் ஒரு மணி நேரத்துக்கு நான்கு பவுண்ட்ஸ்களைச் சம்பாதித்தான், இது சராசரியாக லண்டனில் ஒரு உணவு விடுதி ஊழியர் பெறும் சம்பளத்தில் மூன்றில் இரண்டு பங்கு குறைவான வருமானமாகும்.

அவன் இலங்கையில் யாழ்ப்பாணப் பல்கலைக் கழகத்தில் தமிழ் மொழியில் படித்துப் பட்டம் பெற்றவன், ஓரளவுக்கு ஆங்கில மொழியில் எழுத மற்றும் பேசக்கூடிய ஆற்றலும் பெற்றிருந்தான்.

பிரித்தானியாவில் இப்போது குடியுரிமை பெறுவது முன்போல இலகுவான காரியமல்ல, பிரெக்ஸிட் உடன்படிக்கையில் இருந்து பிரித்தானியா வெளியேறியபின், அது மேலும் கடின மாக மாறியிருந்தது. இதற்கிடையில், பிரித்தானியாவுக்குள் சட்ட விரோதமாக நுழைபவர்களை உகாண்டாவுக்கு அனுப்பும் திட்டமும் அவர்களிடம் இருந்தது.

இவற்றையெல்லாம் மீறி அவன் லண்டனில் வசித்தாக வேண்டும், பின்னாளில் குடியுரிமை பெற்றாக வேண்டும், அதற்காக யாரையெல்லாம் பார்க்க முடியுமோ அவர்களையெல்லாம் பார்த்துப் பேசிக்கொண்டிருந்தான்.

தனக்கு ஏன் புகலிடம் தேவை என்பதற்கான தன் பக்க நியாயங் களை உள்ளடக்கியதாக ஆங்கில மொழியில் குறைந்தது நான்கு பக்க ஆவணம் ஒன்றை அவன் தயார் செய்து குடியேற்ற அதிகாரிகளுக்கு விரைவாக அனுப்பியாக வேண்டும்.

அவன் வேலை செய்யும் கடையின் உரிமையாளர் ஒரு தமிழ் எழுத்தாளர், புலம்பெயர் இலக்கியம் என்ற போர்வையில் புலி எதிர்ப்பு இலக்கியங்களை எழுதித் தள்ளுபவர். அவருக்கு தன் உணவு விடுதியில் வேலை செய்யும் யாரும் தன்னை பெயர் சொல்லி அழைப்பது பிடிப்பதில்லை, அதனால் அங்கு வேலை செய்பவர்கள் "பொஸ்" என்று அவரை அழைப்பார்கள். பொஸ்ஸை பொறுத்தவரையில் யார் தன்னுடன் பேசினாலும் புலிகளைப் புகழ்ந்து பேசிவிடக் கூடாது என்பதில் கவனமாக இருப்பவர்.

பொஸ் ஒரு சஞ்சிகையையும் நடத்தி வந்தார், தமிழ் நாட்டில் இருந்தோ ஈழத்தில் இருந்தோ எழுத்தாளர்கள், விமர்சகர்கள், பேராசிரியர்கள் என்று யார் வந்தாலும் முதல் ஆளாக அவர்களைத் தன் உணவகத்துக்கு அழைத்து தேநீர் விருந்து அல்லது குடிவகை விருந்து வைத்து அவர்களுடன், மற்றைய எழுத்தாளர்கள் பற்றியோ ஈழ ஆதரவாளர்கள் பற்றியோ குதர்க்கமாகப் பேசி அதனைப் பேட்டி என்றோ விமர்சனம் என்றோ ஏதோ ஒரு தலைப்பின்

கீழ் தான் நடத்தும் சஞ்சிகையில் வெளியிடுவதை வழக்கமாகக் கொண்டிருந்தார்.

பொஸ்ஸிக்கு உலகம் முழுவதும் பெரிய நெட்வேர்க் இருக்கின்றது என்று சிலர் பேசிக்கொண்டனர். பெரும்பாலும் அவருடன் தொடர்பிலுள்ள அனைவரும் உணவு விடுதி அல்லது புத்தக கடை நடத்துபவர்களாக இருக்கிறார்கள், அதைவிட முக்கியமானது அவர்கள் அனைவரும் தம் வருவாய்க்காக தம்மை புலி எதிர்ப்பாளர்களாக மறைமுகமாகவும் வெளிப்படையாகவும் இனங்காட்டிக் கொண்டிருந்தார்கள்.

அதனால் தீவிர ஈழ ஆதரவாளனான கோகுலன் தான் யார் என்ற உண்மையை இதுவரை பொஸ்ஸிடம் முழுமையாகச் சொன்னது மில்லை அவரிடம் தனக்கு உதவி செய்யும்படி அவன் கேட்டதும் இல்லை.

புகலிட வழக்குகளில் வாதாடிய முன்னாள் சட்டத்தரணி ஒருவர் கோகுலன் வேலை செய்யும் அந்த உணவு விடுதிக்கு அடிக்கடி வந்து செல்வார்.

"இந்தக் காலத்தில் புகலிடக் கோரிக்கையை முன்வைப்பதில் நிறையச் சட்டச் சிக்கல்கள் உள்ளன... புலம்பெயர் மக்களுக்கு பல கதைகள் தெரியும், ஒவ்வொரு நாட்டுக்கும் ஒவ்வொரு விதமான கதைகள் உள்ளன, சிலர் கடத்தப் பட்டதாகச் சொல்கிறார்கள், சிலர் கற்பழிக்கப் பட்டதாகக் கூறுகிறார்கள், எல்லாக் கதைகளும் ஒரேமாதிரி இருப்பதில்லை, நீ உனக்கான கதையைப் புனைய வேண்டும்"

என்று அந்தச் சட்டத்தரணி சொன்னது ஞாபகத்தில் வரத் தனக்கான நியாயப்பாடுகளுடன் கூடிய நான்கு பக்கக் கதையை அவன் எழுதத் தொடங்கினான்.

"புகலிடக் கோரிக்கையாளர்கள் தமக்கு தம் நாட்டில் அச்சுறுத்தல் அல்லது தாக்குதலுக்கு உள்ளாக்கினார்கள் என்று சொன்னால் மட்டும் போதாது, அவர்கள் பல புதிய கண்டுபிடிப்புக்களை உருவாக்க வேண்டும்" என்று அந்த சட்டத்தரணி சொன்னது அவனுடைய மனதைக் குடைந்துகொண்டிருந்தது.

அன்றைய இரவு முழுவதும் யோசித்துக் குடியேற்ற அதிகாரிகளுக்கு அனுப்பவென ஒரு கடிதத்தை எழுதி முடித்திருந்தான்.

“2009 இல் இலங்கையில் யுத்தம் முடிவுக்கு வந்த பின்னர் ஒரு இலச்சத்துக்கும் மேற்பட்ட மக்கள் இராணுவத்தால் காணாமல் ஆக்கப்பட்டார்கள், கைது செய்யப் பட்டார்கள், சித்திரவதைக்கு ஆளானார்கள், கொலை செய்யப்பட்டார்கள், யுத்தம் முடிந்து பல வருடங்கள் முடிந்த போதும் அங்கு நிலைமை சீராகவில்லை, அங்கு தனி மனித உரிமைகள் மதிக்கப் படுவதில்லை, அங்கு வாழ்தல் என்பது அவ்வளவு இலகுவான காரியமல்ல...” என்று தொடர்ந்து சென்றது அக்கடிதம்.

அவன் அக் கடிதத்தை எழுதி அனுப்பிச் சில வாரங்களில் குடியேற்ற அதிகாரிகளிடம் இருந்து விசாரணைக்கான அழைப்புக் கடிதம் வந்திருந்தது. அதன்படி அங்கு சென்ற கோகுலனை குடியேற்ற அதிகாரிகள் துருவித் துருவி விசாரணை செய்தார்கள்.

அன்றைய விசாரணை முடிவில் அவனுடைய புகலிடக் கோரிக் கையை உறுதிப்படுத்த தேவையான ஆவணங்கள் முறையாக இல்லை என்று கூறி இரண்டு மாதங்களுக்குள் முறையான ஆவணங்களை சமர்ப்பிக்கும்படி சொல்லித் திருப்பி அனுப் பினார்கள்.

அவனுடைய புகலிடக் கோரிக்கையை உறுதிப்படுத்த, கோகுல னுக்குச் சித்திரவதைக்குச் சிகிச்சை அளிக்கப்படதாக மருத்துவ மனையில் இருந்து ஒரு கடிதம் தேவைப்பட்டது. தான் சித்திர வதைக்கு ஆளான முகாம் நினைவில் இல்லை என்றும், பின்னர் எங்கு மருத்துவம் பார்த்தேன் என்ற விவரம் மறந்து போய்விட்டது என்றும் சொன்னான். ஆனால் அவர்கள் அவனிடம் இருந்து மேலும் நிறையத் தகவல்களை எதிர்பார்த்தார்கள்.

பின்னர் நண்பர் ஒருவரின் உதவியுடன் ஒவ்வொரு கதைகளையும் உண்மைபோல் எழுதும் புகலிட எழுத்தாளர் ஒருவரைச் சந்தித்தான், அவரிடம் விவரமாக எல்லாவற்றையும் அவன் சொன்னான்.

“நீங்கள் ஒரு கதையை உருவாக்கும் போது, அதை உங்களுடை யதாக ஆக்குங்கள். உங்கள் கதை உங்களை விட வேறு யாருக்கும் தெரியக்கூடாது.”

என்று சொல்லியவர், அவனுக்கான கதையை ஒரு விவரணம் போல எழுதத் தொடங்கினார்.

இதற்கிடையில் கோகுலன் இன்னும் ஒரு வேலை தேடிக் கொண்டான் "சிலவேளை ஊருக்குத் திருப்பி அனுப்பினாலும், அதுக்கிடையில கடனைக் கட்டிப்போட வேணும்" என்று அவன் கடினமாக உழைத்துக் கொண்டிருந்தான்.

சில நாட்களில் பதினாறு தொடக்கம் பதினெட்டு மணிநேரம் இரட்டை ஷிப்ட் வேலை செய்தான். குளிர் அதிகமாகியதால் அவனுடைய மண்நிற சுவெட்டெர் அவனுக்குப் போதுமானதாக இருக்கவில்லை, எனவே அவன் குளிரைத் தாங்கக்கூடிய ஒரு ஜாக்கெட் வாங்கிக் கொண்டான். அதற்கு முன்னதாகவே அவனுக்குத் தும்மல், தசைப் பிடிப்பு என்று குளிர்கால வருத்தங்கள் வந்து உடம்புக்கு முடியாமல் போனான்.

கோகுலன் அந்தப் புகலிட எழுத்தாளரின் உதவியுடன் எழுதிய அந்தக் கடிதத்தை இந்தத்தடவை ஒரு வழக்கறிஞருக்கு ஊடாக அனுப்பியிருந்தான். கடிதம் அனுப்பி இரண்டு வாரங்களில் குடியேற்ற அதிகாரிகளிடம் இருந்து வழக்கறிஞர் ஊடாக அவன் மீதான விசாரணைக்கு அழைப்பு வந்திருந்தது.

குறிப்பிட்ட அந்த நாளில் கோகுலன் ஒன்பது மணிக்கு முன்னராகவே வழக்கறிஞருடன் அங்கு சமூகமாகியிருந்தான். சரியாக ஒன்பது ஐந்துக்கு கோகுலன் என்று அந்த வெள்ளை அதிகாரி மிகவும் சிரமப்பட்டு தட்டுத் தடுமாறி அவனுடைய பெயரை சத்தமிட்டுக் கூப்பிட்ட பின் சுப்பிரமணியம் என்று அவனின் தந்தையின் பெயரைச் சொல்ல அவர் மிகவும் சிரமப்பட்டபடி, "சூப்...ரா மணி..." என்று சொல்லியவாறு கதவைத் திறந்து பிடித்துக் கொண்டு ஒற்றைக் காலில் நின்றார்.

அவன் கையை தூக்கி தன்னை அவருக்கு அடையாளப் அடையாளப்படுத்திய பின், வழக்கறிஞரும் அவனும் அந்த வெள்ளை அதிகாரியைப் பின் தொடர்ந்தார்கள். ஜன்னல்கள் அற்ற அந்தச் அறையில் ஏற்கனவே ஒரு வெள்ளை பெண் அதிகாரி அமர்ந்திருந்தார்.

இவர்களைக் கண்டதும் "ஐ'ம் அமெலியா" என்று தன்னை அவள் அறிமுகம் செய்தாள். அவர்களுடன் வந்த வெள்ளை அதிகாரி,

அவர்களுக்கு மீண்டும் கை கொடுத்து, "ஐ'ம் ஜார்ஜ்" என்று தன்னையும் அறிமுகம் செய்தார். வழக்கறிஞர், தான் கோகுலனின் சட்டத்தரணி என்றும் தன் பெயர் ஆலிவர் என்றும் தன்னை அவர்களுக்கு அறிமுகம் செய்ததும், "மை நேம் இஸ் கோகுலன்" என்றான் கோகுலன்.

"ஆர் யூ ஸ்பீக் இங்கிலிஷ்" அமெலியா கோகுலனைப் பார்த்துக் கேட்டாள்.

"ஜெஸ் ஐ கேன் ஸ்பீக் இங்கிலீஷ்" என்று அவன் பதிலுரைக்க, அந்தப் பதிலில் திருப்தி கொள்ளாத அமெலியா, மேசையில் திரையுடன்கூடிய தொலைபேசியில் ஒரு அரச மொழிபெயர்ப்பாளரை இணைத்து அவன் பேசுவதை மொழிபெயர்க்குமாறு கூறி ஸ்பீக்கரில் போட்டார்.

இப்போது ஜார்ஜ்; கோகுலனின் பக்கம் திரும்பி, "நீங்கள் இங்கு ஏன் புகலிடம் தேடுகிறீர்கள்? அதற்கான காரணம் என்ன?" என்று கேட்டார்.

வழக்கறிஞர் ஆலிவர் "கேன் ஐ ஸ்பீக் பாஃர் ஹிம்?" என்று ஜார்ஜ் பக்கம் திரும்பி கேட்டார்.

"ஜெஸ், பட் நோ பாஃர் நவ்... இஃப் வி நீட் ஹெல்ப், வீ வில் ஆஸ்க் யூ..." என்றபடி, கோகுலன் பக்கம் திரும்பி, "ஒய் ஆர் யூ சீக்கிங் அசைலம் ஹீர்?" என்று மறுபடியும் கேட்க, மொழிபெயர்ப்பாளர் அதனை கோகுலனுக்கு மொழி பெயர்த்தார்.

"நீங்கள் இங்கு ஏன் புகலிடம் தேடுகிறீர்கள்? அதற்கான காரணம் என்ன?"

"நான் திரும்பிச் சென்று என் நாட்டில் ஏற்கனவே அனுபவித்த துன்பங்களை மீண்டும் தாங்கிக் கொள்ளப் பயப்படுகிறேன்."

"நீங்கள் எப்படி தவறாக நடத்தப்பட்டீர்கள்? என்ன துன்பம் அனுபவித்தீர்கள், புரியும்படி சொல்ல முடியுமா?"

"நான் கைது செய்யப்பட்டேன், தாக்கப்பட்டேன், சித்திரவதைக்கு உள்ளானேன்"

"அது, ஏன், எப்போது நடந்தது என்று விவரமாகச் சொல்லுங்கள்"

“இராணுவத்தினர் என்னையும் என் சகோதரனையும் தாக்கினர், பின்னர் என் சகோதரனின் காலில் சுட்டனர்” கோகுலனின் கண்களில் இப்போது கண்ணீர் வழிந்து ஓடத் தொடங்கியது.

கொஞ்சம் மெல்லிய குரலில் “தண்ணீர் வேண்டுமா?” என்று கேட்டார் அமெலியா.

“ஆம்...” என்றபடி அவள் நீண்டிய தண்ணீர் பாட்டிலை வாங்கி குடித்து விட்டு “தாங்க்ஸ்” என்றான்.

“மேலும் சொல்லுங்கள்... அன்று என்ன நடந்தது?” என்று அமெலியா கேட்டார்.

“அவர்கள் என் தந்தையையும் தாயையும் அடித்தார்கள், வாசலில் விழுந்து கிடந்த அவர்களை சப்பாத்துக் கால்களால் மிதித்தபடி என் அண்ணனை இரத்தம் வடிந்த காலுடன் கூட்டிச் சென்றார்கள்... அதன் பின் இன்றுவரை அவனை நாம் பார்க்கவில்லை”

“எப்படி...? உங்கள் சகோதரன் சிறை வைக்கப்பட்டாரா? விவரமாகச் சொல்லுங்கள்”

“தெரியவில்லை... அண்ணனைப் பார்ப்பதற்காக என் பெற்றோர் எடுத்த அத்தனை முயற்சிகளும் தோல்வியிலேயே முடிந்தன. அவர்கள் என் சகோதரனை ஒரு தடவை கூட எங்களுக்குக் காட்ட வில்லை, அவன் இருக்கின்றானா இல்லையா என்று கூடத் தெரியாது...” அவன் கண்களைத் துடைத்துக் கொண்டே தொடர்ந்தான்.

“சரி, வேறு என்ன நடந்தது?” கோகுலன் முன்பு சமர்ப் பித்த எழுத்துப்பூர்வ கடிதத்தை படித்து, குறிப்புகளை எடுத்துக் கொண்டிருந்த ஜார்ஜ் அவனைப் பார்த்துக் கேட்டான்.

பின்னொரு நாளில் படையினர் தன்னையும் வேறு சில மாணவர்களையும் கைது செய்து, ஒரு தடுப்பு மையத்திற்கு அழைத்துச் சென்றதையும் கோகுலன் விவரித்தான். “இராணுவத்தினரில் சிலர் எங்கள் தலையைப் பிடித்து அவர்களின் ஆண்குறிக்கு எதிராக அழுத்தி வைத்து எங்களை அடித்தார்கள்”

“நீங்கள் தோராயமாக எத்தனை முறை இராணுவத்தால் அடிக்கப்பட்டீர்கள்?

"நிறைய முறை, நினைவில் இல்லை"

"வைத்தியசாலைக்குச் சென்றீர்களா?"

"ஆம்"

"எத்தனை முறை"

"நினைவில் இல்லை"

"வைத்தியசாலை சென்றதற்கான ஆதாரங்கள் கிடைக்குமா?"

"ஊரில் உள்ள வைத்தியசாலையில் சிலவேளை இருக்கலாம், ஆனால் எனக்குத் தெரியாது"

"நீங்கள் அதைப் பெற முடியுமா? அப்படியானால் எவ்வளவு காலம் ஆகும்?"

"எனக்குத் தெரியாது"

"தேங்க்ஸ்... கோகுலன், கிட்டத்தட்ட முடிந்தது... வேறு ஏதாவது சொல்ல விரும்புகிறீர்களா?" என்று அமெலியா கேட்டார்.

"தேங்க்ஸ்... ஆம்... இன்னும் சொல்ல நிறைய உள்ளது"

"சொல்லுங்கள்"

"அதிகாரத்திற்கு எதிராக மக்கள் தங்கள் கருத்தை தெரிவிக்க எங்கள் நாட்டில் பெரிதாக அனுமதி இல்லை... நான் என் நாட்டுக்குத் திரும்பிச் செல்ல முடியாது..." என்றான் கண்களைக் கலங்கியபடி.

"நீங்கள் திரும்பினால் என்ன நடக்கும்?"

"கைது செய்யப்படலாம் அல்லது என் சகோதரனைப்போல காணாமல் ஆக்கப்படலாம் அல்லது கொல்லப்படலாம்"

"அப்படியானால் இத்தனை வருடங்கள் ஏன் அங்கு தங்கியிருந்தீர்கள்? எப்படி அது சாத்தியமானது?"

"எனக்கு அங்கிருந்து வெளியேற வாய்ப்புக் கிடைக்கவில்லை"

"இங்கு உங்களைத் தங்க அனுமதித்தால் நீங்கள் என்ன செய்வீர்கள்? உங்கள் நோக்கம் என்னவாக இருக்கும்?" என்று ஜார்ஜ் கோகுலனைத் பார்த்துக் கேட்டார்.

"நான் இலங்கையில் பல்கலைக்கழக பட்டம் பெற்றுள்ளேன், இங்கு சந்தர்ப்பம் கிடைத்தால் மீண்டும் படிக்கத் திட்டமிட்டுள்ளேன்" என்று அவரிடம் கோகுலன் சொன்னான்.

அவனின் பதில் அமெலியாவுக்கு மகிழ்ச்சியைத் தந்திருக்க வேண்டும், அவர் இதுவரை பார்த்த பெரும்பாலான விண்ணப்பதாரர்கள் வேலை பெறுவதைப் பற்றி பேசினர், ஆனால் கோகுலன் மேற்கொண்டு படிப்பது பற்றிப் பேசியதும் நிமிர்ந்து உட்கார்ந்து, முகத்தில் மகிழ்ச்சியுடன் படித்தவர்களுக்கு பிரித்தானியாவில் கிடைக்கும் சில வேலை வாய்ப்புகள் பற்றி சில விளக்கங்களைச் சொன்னாள்.

முடிவில், "உங்கள் பொன்னான நேரத்துக்கு நன்றி" என்று சொல்லி அவர்களிடம் இருந்து விடைபெற்று கோகுலனும் அவனின் வழக்கறிஞர் ஆலிவரும் வெளியில் வந்தார்கள்.

"ஒவ்வொரு ஆண்டும் சுமார் ஐம்பதாயிரம் பேர் இங்கு புகலிடம் கோரி விண்ணப்பிக்கிறார்கள். அவர்களில் பலர் சீனர்கள், சிலர் ஆப்பிரிக்காவில் இருந்து வந்தவர்கள், வேறு சிலர் இன்னும் பல நாடுகளில் இருந்து வருபவர்கள், ஆக மொத்தத்தில் 50%க்கும் குறைவான விண்ணப்பதாரர்களுக்கு மட்டுமே இங்கு புகலிடம் வழங்கப் படுகின்றது." என்று ஆலிவர் கூற, "அடப்பாவி இதைச் சொல்லவா உன்னை என்னுடன் கூட்டி வந்தேன்" என்பது போல மிரட்சியோடு அவனைப் பார்த்தான் கோகுலன்.

"அப்ப எனக்கு புகலிடம் கிடைக்காது என்கிறீர்களா?"

"இல்லை... அதுவல்ல... எங்கள் நாட்டில் தற்போது நிலவும் அரசியல் சூழல் புகலிடக் கோரிக்கையாளர்களுக்கு சாதகமாக இல்லை. என்று சொல்ல வருகிறேன்"

"........ "

"கடந்த பத்து வருடங்களுக்கு முன்னருடன் ஒப்பிடும்போது, புகலிடம் அளிக்கப்பட்டவர்களின் எண்ணிக்கை எங்கள் நாட்டில் குறைந்து வருகிறது. புகலிட வழக்குகளில் நிபுணத்துவம் பெற்ற அதிகாரிகள் நீங்கள் சொல்வது பொய்யா உண்மையா என்பதை இலகுவில் அறிந்து விடுகிறார்கள். பல வேளைகளில் நீங்கள் சொல்வதற்கு முன்பாகவே அவர்கள் உங்களைப் பற்றிய பல

விவரங்களைத் திரட்டி விடுகிறார்கள், அவற்றுடன் நீங்கள் சொல்வதன் உண்மைத் தன்மையை ஒப்பிட்டுப் பார்ப்பார்கள், ஆனால் இது எப்போதும் நடப்பதல்ல. உண்மையைச் சொல்வதானால், அவர்களின் முகபாவனையில் இருந்து நான் ஒன்றை அறிந்து கொண்டேன், அவர்கள் உங்கள் கதைகளின் பெரும் பகுதியை உண்மை என்று நம்புகிறார்கள்"

"அப்படியானால் எனக்கு புகலிடம் கிடைக்குமா?"

"அப்படி நான் சொல்லவில்லை, அது 50/50 வாய்ப்புடையது... ஆனால், முடிந்தவரை பாசிட்டிவான முடிவு வரும் என்று நம்புவோம்"

"தேங்க்ஸ்..."

சரியாக மூன்று வாரங்களுக்குப் பிறகு, கோகுலன் தனது வழக்கின் முடிவை அறிய, புகலிட அலுவலகத்திற்கு வரும்படி வழக்கறிஞர் ஆலிவர் ஊடாக அழைப்புக் கடிதம் வந்திருந்தது.

அங்கு அவர்கள் சென்ற நேரத்தில், அந்த அலுவலகத்தில் ஒரு பெண் இருந்தார், அவர் பெரிதாக இவர்களின் நேரத்தை எடுத்துக்கொள்ளாமல், கோகுலனின் அடையாளத்தை உறுதிப் படுத்திய பின் ஒரு சீல் வைக்கப்பட்ட கடித உறையை எடுத்து, "வாழ்த்துக்கள்... உங்கள் புகலிடக் கோரிக்கை அங்கீகரிக்கப்பட்து" என்று கூறி அவனிடம் நீட்டினார்"

"தாங்க்ஸ்..." அவனுக்கு மகிழ்ச்சி கூடி அழுகை வந்தது, கண்களில் பனித்த நீரை கையால் துடைத்தான்... சிரித்தான்.

"ப்ளீஸ்... நீங்கள் லீவ் பண்ண முதல் உங்கள் பெயரைச் சரி பார்த்துக் கொள்ளுங்கள்" என்று அவள் சொன்னதும், கடித உறைய பிரித்து பார்த்தான், அதிர்ஷ்டவசமாக அவனின் பெயர்தான் இருந்தது என்பதை உறுதி செய்து அவளுக்கு புன்னகையுடன் கையசைத்து விடைபெற்றனர்."

படியில் இருந்து இறங்கும் போது ஆலிவர் கோகுலனின் கைகளைப் பற்றி "வாழ்த்துகள்... நீ வெற்றி பெற்றுவிட்டாய்" என்றான்.

கோகுலன் கடிதத்தைத் தூக்கிக் காட்டி, "தேங்க்ஸ்... நாங்கள் வெற்றி பெற்றோம்... நான் இப்போ சட்டப்படி இங்கிலாந்தில் இருக்கிறேன்" என்றபடி படிகளில் குதித்து ஓடினான்.

அண்ணன்

மூன்றாவது தடவையாகவும் அவர் சொன்னதையே திருப்பித் திருப்பிச் சொன்னபோது தங்கத்தின் கண்களில் இருந்து கண்ணீர் முட்டிமோதி வெளியே வந்து விட்டிருந்தது. இந்த அறுபது ஆண்டுகளில் அவள் தன் அண்ணனிடம் இருந்து கேட்டிராத வார்த்தை அது. கேட்ட நேரத்தில் இருந்து அவள் தலையில் இடி விழுந்தது போல மீளமுடியாமல் தவித்துக்கொண்டிருந்தாள்.

சணல் புற்கள் காற்றின் போக்கிற்கு ஏற்ப வளைந்தும் நெளிந்தும் நளினம் புரிந்து கொண்டிருந்தன. அதிலிருந்து வந்த இனிய இசை காதுக்கு இனிமையாக ஒரே ரிதத்தில் ரசிக்கும்படி இருந்தது.

முறித்துக் கட்டிய மரக் கொப்புக்களின் கட்டைத் தூக்கித் தலையில் வைத்தபின், “ஹே... தோ... ஹா... ஹா” என்று கத்தியபடி மேச்சல் முடித்து ஆடுகளை வீட்டுக்கு விரட்டிக்கொண்டிருந்தார் அந்தப் பெரியவர். அவர் தன் வீட்டை நெருங்கியதும் மா மரத்தில் கட்டியிருந்த பால் மாடு “மா...ஆ....” என்று பெருத்த குரலெடுத்து அவரை அழைத்தது.

அவரைப் பற்றிச் சொல்வதென்றால், அறுபத்தைந்து வயதுக் கட்டைப் பிரமச்சாரி, அழுக்குப் படிந்த வெற்றுத் தேகம், இறுக்கிக் கட்டிய சாரம், எப்போதும் அவரின் கழுத்தில் ஒரு அழுக்குப் படிந்த துவாய் இருக்கும். ஏறிய நெற்றி, நரைத்துப் போன பரட்டைத் தலை, குழி விழுந்த கன்னங்கள், விசுக்கு விசுக்கென்று கைகளை வீசியபடி நடக்கும் வேக நடை, இதுவே இவரின் அடையாளங்கள்.

சிலவேளைகளில் அவரைப் பார்க்கும்போது அகோரிகள் போல உடம்பெல்லாம் திருநீறு பூசித் தோற்றமளிதாலும் பெரும்பாலான

நாட்களில் அவர் குளிப்பதே இல்லை, அது சிலநேரங்களில் வாரங்கள் மாதங்கள் கூட நீடிப்பதுமுண்டு.

பெரியம்மை போட்ட உடம்பு போல அவரின் உடல்பூராய் அங்கங்கே திட்டுத்திட்டாய் பொக்குளங்கள் திரண்டு கிடந்தன. இப்படியாக அவரின் தோற்றமே ஊரில் மற்றவர்களிடம் இருந்து அவரைத் தனித்துவமாகப் பிரித்துக் காட்டிவிடும்.

அவருடைய வாழ்வு குழப்பமில்லாதது, அவருக்கென்று தினசரி அட்டவணை எதுவும் தேவையில்லை, அவரின் முழுநாள் அட்டவணை நிரந்தரமானது, என்றும் மாற்றமில்லாதது. வருடத்தில் வரும் அந்த ஒருநாள் தவிர, யாருக்காகவும் அல்லது எதற்காகவும் தனது நாளாந்தப் பணிகளை அவர் பின்போடவோ நிறுத்தவோ முன்வருவதில்லை.

தினமும் அதிகாலை மூன்று அல்லது நான்கு மணிக்கு முன்னரேயே எழுந்து, காலைக்கடனை முடித்துவிட்டு, விழுந்து கிடக்கும் நுங்குக் குரும்பைகளைச் சேகரிப்பது, விழுந்து பரவியிருக்கும் பலாவிலைகளைக் குத்தூசியால் குத்திச் சேகரிப்பது, தன் தங்கையின் கையால் ஒரு தேநீர் குடிப்பது, காலையில் எது கிடைக்குதோ அதைச் சாப்பிட்டு விட்டுக் குடங்களில் தண்ணி நிறைத்து வைப்பது, மீன் மற்றும் காய்கறிகள் வாங்கிக் கொடுப்பது எனத் தன் தங்கை சொல்லும் வேலைகளை ஒன்றும் விடாமல் முடிப்பதும் அவரின் நாளாந்த அட்டவணையில் அடக்கம்.

ஆடுகளைப் பட்டியில் அடைத்து விட்டு வந்தவர், முற்றத்தில் இருந்த வாளித் தண்ணீரில் முகத்தை அலசிவிட்டு, சிறுநெல்லி மரத்தடியில் போடப்பட்டிருந்த சாக்குக் கட்டிலில் ஆசுவாசமாக அமர்ந்தபடி ஒரு மண்டான் சுருட்டை எடுத்து வாயில் வைத்து ஒரு இழுப்பு இழுத்து புகையை வெளியே தள்ளினார்.

வாயில் இருந்து விடுபட்ட சுருட்டின் புகை சுருள் சுருளாகச் சென்று காற்றில் கலந்து மறைந்தது. ஒவ்வொரு தடவையும் அவர் சுருட்டின் வழியே காற்றை உள்ளே இழுக்கும்போது அவரின் ஒட்டிய குழிவிழுந்த கன்னங்கள் உள்ளே சென்று கடவாய் பல்லுகளுக்கிடையில் மாட்டிக்கொண்டன.

சுருட்டின் அடிக் கட்டையை மண்ணில் உரசிக் குப்பையில் தூக்கிப் போட்டபின், நெல்லி மரத்தடியில் கால்களை நீட்டி

உட்கார்ந்தபடி நுங்குக் குரும்பைகளை அரிவாளில் சீவிக்கொண்டே ஆடுகளுடன் பேசிக்கொண்டிருந்தார்.

ஆடுகளும் அவரின் பாஷை புரிந்தது போலத் தலையை ஆட்டியபடி, வெட்டிய நுங்குக் குரும்பைகளைச் சுவைக்கத் தொடங்கின. குரும்பைகளைக் கடிக்கத் திராணியற்ற, பிறந்து ஒரு மாதம்கூட ஆகாத ஆட்டுக் குட்டிகள் மூன்றும் அவரைப் பார்த்துக் கத்திக்கொண்டிருந்தன.

"இரு வாறன்..." என்றபடி, வடித்து வைத்திருந்த கஞ்சியை, சூப்பி போத்தலில் விட்டுக் குட்டிகளுக்குப் பருகக் கொடுத்த பின், "தங்கச்சி வாற வெள்ளிக்கிழமை நான் போயிடுவேன்" என்று தங்கத்தைப் பார்த்துச் சொன்னார்.

அண்ணனின் பேச்சு அவளுக்கு மகிழ்ச்சியைத் தரவில்லை, மாறாக அதிர்ச்சியைக் கொடுத்தது. அவளுடைய முப்பத்தைந்தாவது வயதில் அவளின் கணவன் இறந்து போக, அவளின் பிள்ளைகளை வளர்த்து ஆளாக்கி ஒரு நிலைக்குக் கொண்டுவருவதற்கு இருபத் தைந்து ஆண்டுகளாக அவளின் நிழலாக நின்று காத்த அண்ணனா இப்படிச் சொன்னான்? அவளால் நம்ப முடியவில்லை.

"என்னண்ணை சொல்லுறாய்? எங்கே போகப் போறாய்?"

"வீரபத்திரர் கோயில் மடை வருதெண்டு எத்தினை முறை உனக்குச் சொல்லுறது..."

"அதுக்கென்னண்ணை வெள்ளிக்கிழமை மடைக்குப் போனால் சனிக்கிழமை வந்திடுவாய் தானே... அதென்ன புதுசாய்..."

"........"

"அபசகுணமாய் நான் போயிடுவேன் எண்டு சொல்லுறாய்..."

"...."

"அண்ணை டேய், உன்னைத்தான் கேக்கிறேன்... நான் கேட்டது உன்ர காதில விழுதோ இல்லையோ..."

"......"

தங்கத்தின் கேள்வி அவருக்கு எரிச்சலைத் தந்திருக்க வேண்டும். அரிந்து கொண்டிருந்த குரும்பட்டிகளைத் தூக்கிக் கடகத்தில் போட்டு விட்டு எழுந்தார்.

"மூதேவி வாலாயம் பிடித்தவர்கள் குளிக்க மாட்டினமாம். இப்பிடித்தான் ஊத்தை உடம்புடன் திரிவினமாம்"

அவருக்கு மூதேவி வாலாயம் பிடித்து விட்டதாக ஊரில் உள்ள எல்லோரும் பேசிக் கொண்டார்கள். அதற்கேற்றால் போல அவரும் யாரைக் கண்டாலும் அதிகம் பேசுவதில்லை. ஆடு, மாடுகளுடன் மட்டுமே அதிக நேரம் கதைக்கும் அவர் அதற்கு அடுத்த படியாகத் தன் தங்கையுடன்தான் அதிகம் கதைப்பார்.

இந்த இரண்டு நாட்களில் நூற்றுக்கும் மேற்பட்ட நுங்குக் குரும் பட்டிகளை வெட்டித் தள்ளியிருப்பார். மூன்று பெரிய கடகங்களில் வெட்டிய நுங்குக் குரும்பைகளை நிறைத்து வீட்டுக்குப் பின் பக்கமாக உள்ள பத்தியில் சேமித்து வைத்தவர், மாவிலங்கை மரத்தில் இருந்து மூன்று நான்கு கட்டு தழைகளையும் வெட்டிக் கட்டி வைத்திருந்தார்.

"தங்கச்சி, நான் வெள்ளிக்கிழமை போயிடுவேன், ஆடுகளுக்கு ஒரு கிழமைக்குத் தேவையான தீவனம் வைச்சிருக்கிறேன்"

மூன்றாவது தடவையாகவும் அவர் சொன்னபோது அவளுக்கு நெஞ்செல்லாம் படபடக்கத் தொடங்கியது. கண்ணீர் முட்டி மோதி வெளியே வந்தது.

"என்னண்ணை சொல்லுறாய்..." என்றாள் சற்றுக் கடுமையான குரலில்.

அவருக்குத் தங்கையை எதிர்த்துப் பேசிப் பழக்கமில்லை. பதில் சொல்ல முடியாத கூடுதலான நேரங்களில் அந்த இடத்தை விட்டு விலகிச் சென்று விடுவார். ஆனால் இன்று அப்படி இல்லாமல்,

"நான் எங்கே போறேன் எண்டிறது இருக்கட்டும், அடுத்த மாரிக்கு முதல் உந்த ஆடு மாடுகளை வித்துப்போடு... தனிய இருந்து கஸ்ரப்படுவாய் சொல்லிப்போட்டேன்"

வழமைக்கு மாறாகக் கடுமையான தொனியில் பதில் சொன்ன அண்ணனை ஏற இறங்கப் பார்த்தாள். இதுக்கு மேலே அவரிடமிருந்து எந்தப் பதிலும் வராது என்பது அவளுக்குத் தெரியும். கண்களில் இருந்து கண்ணீர் தாரை தாரையாகக் கொட்டிக்கொண்டிருந்தது.

தங்கத்தின் பதிலுக்காகக் காத்திருக்காமல் வெட்டிய நுங்குக் குரும்பைக் கடகத்துக்கு மேலே இருந்த துவாயை உதறித் தோளில் போட்டுக்கொண்டு பனங்கூடலை நோக்கி வேகமாக நடந்தார்.

புதன்கிழமை இரவு... வீரபத்திரர் கோயில் மடைக்கு இன்னும் இரண்டு இரவுகள் மட்டுமே இருந்தன. நாட்கள் நெருங்க நெருங்கத் தங்கத்துக்கு நித்திரை வர மறுத்தது.

பிள்ளைகளும் கலியாணமாகித் தாங்களும் தங்கள் குடும்பமும் என்றாகிவிட, அண்ணனின் தயவில் இதுவரை காலமும் வாழ்ந்தவளுக்கு அவர் சொன்ன அந்த வார்த்தைகள் திரும்பத் திரும்ப வந்து அவளின் தூக்கத்தைக் கெடுத்துக்கொண்டிருந்தது.

உச்சி வெயில் தன் உக்கிரத்தை எங்கும் பரப்பியிருந்தது. கிழித்துப் போட்ட பச்சை ஒடியல் கதிர்ப் பாயில் காய்ந்துகொண்டிருந்தது. ஈர்க்கில் குற்றிக் கட்டிய அவித்த ஒடியல் வேலிக் கதிகால்களில் கொழுவப்பட்டிருந்தது. தலையில் இருந்த புல்லுக் கட்டைத் தூக்கி வேலியோரமாகப் போட்டு விட்டு உழவாரத்தை ஆட்டுக் கொட்டிலில் செருகியவர் ஒடியலைக் கொத்த வந்த காக்கைகளை விரட்டியபடி ஆடுகளுடன் பேசிக் கொண்டிருந்தார்.

நோண்டிய மீனை அடுப்படியில் வைத்து விட்டு வந்த தங்கம், ஒருகணம் கை கழுவுவதை அப்படியே நிறுத்திவிட்டு ஆடுகளுடன் கதைத்துக் கொண்டிருக்கும் அண்ணனை உற்றுப் பார்த்தாள்.

கட்டம் போட்ட புதுச் சாரம், பச்சைக் கோடு போட்ட வெள்ளைத் துவாய், காற்றில் பறக்கும் இலவம் பஞ்சாகத் தலை முடி, ஏறிய நெற்றியை நிரப்பியிருந்த திருநீற்றுப் பூச்சு, பளபளப்பான கேசம் என ஆளே மாற்றியிருந்தார். வருடத்தில் ஒருதடவைதான் இப்படி ஒரு பொலிவை அவரிடம் பார்க்க முடியும்.

“டேய் அண்ணை... நாளைக்கு வீரபத்திரர் மடைக்கு நீயென்ன இண்டைக்கே வெளிக்கிட்டுட்டாய்... இது தெரியாம நான் வேற மீன் வாங்கிட்டேன்... சாப்பிடுவியோ... இல்லையோ...?” கழுவிய கைகளைச் சேலைத் தலைப்பில் துடைத்தபடியே கேட்டாள் தங்கம்.

“இண்டைக்கு மீன் திண்டால் நாளைக்கு கோயிலுக்கு வரவேண்டாம் எண்டு சாமி சொன்னதே... என்னண்டாலும் கெதியாய் தா... பசீல சிறு குடலைப் பெருங்குடல் தின்னுது”

என்று சொல்லிக்கொண்டு ஆட்டுக் கொட்டகையில் சொருகியிருந்த குத்தூசியை எடுத்து உதிர்ந்து விழுந்திருந்த பலாவிலைகளைக் கம்பியில் குத்தி ஆடுகளுக்குப் போட்டார்.

வீரபத்திரர் மடைக்கு இன்னும் ஒரே ஒரு இரவுதான் மீதம் இருந்தது... ஓலைப் பாயில் உருண்டபடி இருந்தாள் தங்கம். நேரம் சாமத்தைத் தாண்டியும் நித்திரை வர மறுத்தது. திண்ணையில் படுத்திருக்கும் அண்ணனை அடிக்கடி எட்டிப் பார்த்தபடி இருந்தவள் நேரம் அதிகாலையை நெருங்கியபோது சற்றுக் கண்ணயர்ந்து தூங்கி விட்டாள்.

அதிகாலை வேளையில் வழமையாகக் கேட்கும் குருவிகளின் சங்கீத ஒலிகூட அவளின் காதுகளில் இன்று விழவில்லை, அப்படி ஒரு தூக்கம்.

நாய்களின் குரைப்பொலி கேட்டு நித்திரையில் இருந்து திடுக் கிட்டு எழுந்தவள், கண்களைக் கசக்கியபடி திண்ணையை எட்டிப் பார்த்தாள். அங்கு அண்ணன் இல்லை. வெளியே சூரிய வெளிச்சம் எங்கும் பரவியிருந்தது.

"அண்ணை... அண்ணை டேய்..." கத்திக் கூப்பிட்டாள்.

"இதிலதானே நிக்கிறேன். ஏன் பேய்க் கத்துக் கத்துறாய்?" பட்டியில் இருந்து வந்துகொண்டிருந்தவர் கறந்து வைத்திருந்த பால்ச் சொம்பை அவளின் கையில் திணித்துவிட்டுத் திண்ணையில் போய் அமர்ந்தார்.

"இண்டைக்கு வீரபத்திரர் கோயில் மடையெல்லோ? எப்ப போறாயண்ணை?"

"நீ எழும்பினதும் சொல்லீட்டு போகலாம் எண்டுதான் இவ்வளவு நேரமும் பாத்துக் கொண்டு நிக்கிறேன்"

"தேத்தண்ணி கொண்டு வாறேன், குடிச்சிட்டுப் போண்ணை"

"நீ தேத்தண்ணி ஆத்திற வரைக்கும் நிக்க என்னால ஏலாது.... இஞ்சை உந்தப் பாலைத் தா நான் குடிச்சிட்டுப் போறேன்"

சொல்லியபடியே அவளின் கையில் இருந்த சொம்பை வாங்கி அரைச் சொம்பு பாலை மடக்கு மடக்கென்று குடித்தவர்,

"இந்தா..." என்றபடி, மீதிப் பாலுடன் சொம்பை நீட்டினார்.

"தேத்தண்ணி ஊத்துறதுக்குள்ள உனக்கு என்னதான் அவசரமோ? கொஞ்சம் இரண்ணை ஒரு மிடறு தண்ணி கொண்டு வாறேன், குடிச்சிட்டுப் போ..."

சொல்லிக்கொண்டே அவரின் பதிலுக்குக் காத்திருக்காதவளாக அடுப்படி நோக்கி விரைந்தாள். ஒரு இரண்டு நிமிடங்களுக்குள் கையில் தண்ணியும் செம்புமாகப் படலையைத் தள்ளிக் கொண்டு அடுப்படியிலிருந்து வெளியே வந்த தங்கம் திண்ணையில் படுத்திருந்த அண்ணனை உற்றுப் பார்த்தாள்.

"என்னண்ணை திருப்பியும் படுத்திட்டாய்? ஏதும் உடம்புக்கு ஏலாதே?"

"...."

அவரிடமிருந்து எந்தப் பதிலுமில்லை...

"அண்ணை...அண்ணை... அண்ணை டேய்..."

அவரின் வாயில் இருந்து வழிந்த பால் திண்ணையின் ஒரு பகுதியை நனைத்திருந்தது.

"அண்ணை... அண்ணை டேய்ய்ய்ய்ய்ய்ய்..."

"......"

"அண்ணை... ஏழும்படா... என்னைத் தனிய விட்டிட்டுப் போயிடாதை..."

தங்கத்துக்குத் தொண்டை அடைத்துப் பெரிய விக்கலும் சின்ன விக்கலுமாகச் சொற்கள் சிக்கின.

மூச்சுப் பேச்சின்றிக் கிடந்த அண்ணனைத் தட்டி எழுப்பினாள். அவரிடமிருந்து எந்தப் பதிலும் இல்லை. இனம் புரியாத பீதி தொற்றிக் கொள்ள மிகச் சிரமத்துடன் கனத்துப்போன தன் இமைகளைத் திறக்க முயன்றாள் தங்கம்.

என்னதான் முயன்றும் அவளால் முடியவில்லை. அவளுக்குக் கண்ணெல்லாம் இருட்டிக் கொண்டு வந்தது, தலை சுற்றத் தொடங்கியது. எதுவும் செய்ய முடியாதவளாய் "அண்ணை டேய்...

தியா காண்டீபன் | 83

எழும்படா…" என்று பெருத்த குரலில் கத்தியபடி, பொத்தென்று திண்ணையில் குந்தினாள்.

பட்டியில் கட்டியிருந்த ஆடுகள் மிரண்டு கத்தின, நாய்கள் இரண்டும் வீட்டைச் சுற்றி வந்தபடி குரைத்தன, மின்னாமல் முழங்காமல் ஆங்காங்கே ஓரிரு மழைத் துளிகள் விழுந்து சிதறின.

அம்மாவின் சேலை

அம்மாவால் அழுகையை அடக்க முடியவில்லை. முதலில் விக்கலும் விம்மலுமாகத் தொடங்கியவர் ஒரு கட்டத்துக்கு மேலே பொறுக்க முடியாமல் ஒப்பாரி வைத்து "ஐயோ" என்று பெருத்த குரலெடுத்தது அழத் தொடங்கினார்.

ஒரு சேலை என்பது நமது கலாசாரத்தில் எத்தனையோ நினைவுகளை கொண்டுவரும். சேலை என்றால் அம்மாவுக்கு ஒரு வகையான அலாதிப் பிரியம், ஆனாலும் அம்மாவிடம் சொல்லிக் கொள்ளும்படியாகச் சேலைகள் இருந்ததில்லை.

எங்கள் வீட்டுப் பரணில் ஒரு கறுப்பு நிற இறங்குப்பெட்டி இருந்தது. சொந்த ஊரில் உள்ள காணி உறுதிப் பத்திரம், எங்கள் நால்வரது பிறப்புச் சான்றிதழ்கள், அம்மாவின் மடிப்புக் குலையாத அந்தக் கறுப்பு பூப்போட்ட மாங்காய் கரை வைத்த மஞ்சள் சேலை.

இவைதவிர பூச்சி பிடித்து விடக் கூடாது என்பதற்காக இரண்டு மூன்று பச்சைக் கற்பூர உருண்டைகளும் (பூச்சி முட்டை) அந்தப் பெட்டியில் இருந்தன. பச்சைக் கற்பூர வாசனையைத் தாண்டி, அம்மாவின் சேலைக்கென்று ஒரு தனி வாசம் இருக்கும், சேலை உடுத்தி நடந்தால் அம்மாவின் அழகே தனி.

எனக்கு நன்றாக ஞாபகம் இருக்கிறது அம்மா அன்று அந்தக் கறுப்புப் பூப்போட்ட மாங்காய் கரை வைத்த மஞ்சள் சேலைதான் உடுத்தியிருந்தார் என்பது. எனக்குத் தெரிந்து அம்மா வெளியில் செல்லும்போது உடுத்துவதற்கென்று அவரிடம் இருந்த ஓரளவுக்கு நல்ல சேலை அதுதான். உழைக்கும் பணத்தையெல்லாம் எமக்காகவே செலவு செய்தபின் தனக்கென அம்மாவால் எதைத்தான் வாங்க முடிந்தது?

அன்றைய நாள் முழுவதும் நடந்த களைப்பு ஒருபக்கம் இருந்தாலும் என் தூக்கம் கலைந்து விடக்கூடாது என்பதில் அம்மா மிகவும் கவனமாக இருந்ததால் அவரால் அன்று இரவு முழுவதும் தூங்க முடியவில்லை. இரவு முழுவதும், தன் சேலைத் தலைப்பால் நுளம்புகளை விரட்டிய படியே என் தூக்கம் கலையாமல் பார்த்துக் கொண்டார்.

அப்போது நான் பதினோரு வயதை நெருங்கிக் கொண்டிருந்தேன். உலகம் பற்றியோ, உலக நடப்புகள் பற்றியோ அறியாத வயது அது. "போருக்குள் வாழ்வும், வாழ்வுடன் போரும்" என இரண்டறக் கலந்த காலம் அது. சண்டை, இடப்பெயர்வு, விமானக் குண்டு வீச்சு, எறிகணைத் தாக்குதல்கள் இவைதான் அன்றைய அன்றாடச் செய்திகளின் தலைப்புக்கள்.

இவை எதைப் பற்றியும் அதிகமாக நான் அலட்டிக் கொண்டதே யில்லை. எது வந்தாலும் எங்களைச் சுற்றி அம்மா இருக்கிறார் என்ற ஆறுதல், நம்பிக்கை. அம்மாவே எங்கள் உலகம், நாங்களே அம்மாவின் உலகம் என வாழ்ந்திருந்தோம்.

அம்மா அடிக்கடி எங்களுக்காகத் தூக்கத்தை தொலைத்திருந்தார், ஆனாலும் அம்மாவின் தூக்கம் பற்றி அதிகமாக என்னால் கவலைப்பட முடியவில்லை. தூக்கம் எவ்வளவு முக்கியமானது என்றோ, அது தொலைந்தால் வரும் பக்க விளைவுகள் எப்படி இருக்கும் என்றோ அறியும் வயதில்லை எனக்கு.

சண்டை உக்கிரமாக நடந்ததால் சொந்த ஊரில் இருந்து இடம் பெயர்ந்து நாங்கள் மட்டுவிலில் வாழ்ந்து வந்தோம். யாழ்ப் பாணத்தின் மிகவும் அழகான வயல்கள் சூழ்ந்த கிராமங்களில் மட்டுவிலும் ஒன்று.

தற்காலிக வீடுதான் என்றாலும் இன்றுவரை என் மனதளவில் அதுவே எங்கள் வசந்த மாளிகை. கிட்டத்தட்ட எங்கள் வளர்ச்சியில் பெரிய பங்கு வகித்த வீடு அது. தென்னை ஓலை கிடுக்கினால் வேயப்பட்ட அழகிய சிறு குடிசை, அதுவே எங்கள் இளம் பராயத்தின் இன்ப துன்பங்களை தாங்கி எங்களை வளர்த்து ஆளாக்கிய கூடு.

சுற்றிவரப் பனைகள், தென்னந் தோப்பு, நிறைந்த மா மரங்களின் நடுவே நாவல் மரத்துக்கு முன்புறமாக அந்தக் குடிசை வீடு இருந்தது.

முற்றத்தில் கிளை பரப்பிச் சிலிர்த்து நின்றது சிறுநெல்லி மரம். எங்கள் வீட்டின் வலப் புறத்தே, பூவரசம் வேலியில் சாய்வாகப் போடப்பட்ட இரண்டு குடிசைகள் இருந்தன. ஒன்று மாட்டினது, இன்னொன்று ஆடுகள் குடியிருப்பு. நாய்க்கென்று தனியிடம் இல்லை, மூன்று குடிசைகளில் எங்கு வேண்டுமானாலும் அது படுத்துறங்கும். ஆனாலும், அந்தக் கோழிக் கொட்டகைக்கு அருகில் உள்ள சாம்பல் மேடுதான் அதுக்கு அதிகம் பிடித்தமான இடமாக இருந்தது.

★★★

மட்டுவிலுக்கும் தொண்டைமானாறுக்கும் இடையில் கொஞ்ச நஞ்சத் தூரமில்லை. ஆனாலும் அம்மா அன்று நடந்து போவது என்று முடிவெடுத்திருந்தார். என் சிறு வயதில் சந்நிதி முருகனுக்குச் செய்ய வேண்டிய நேத்திக்கடன் பத்து வருடங்கள் கடந்தும் செய்ய முடியவில்லையே என்ற கவலை அவரிடம் குடிகொண்டிருந்தது.

கோயில் நேர்த்திக்கடனை பிற்போட்டுக்கொண்டு போவதால்தான் இத்தனை கஸ்ரங்களும் ஒன்றன்பின் ஒன்றாக வருகிறது என்பது அம்மாவின் பயம் கலந்த நம்பிக்கை. கோயில் நேர்த்திக்கடன் செய்யுமளவுக்கு அம்மாவிடம் அதிகளவில் பணம் இருக்கவில்லை, ஆனாலும் மனதளவில் அதிக நம்பிக்கை இருந்தது.

அன்று தன்னிடம் இருந்த சிறு தொகைப் பணத்தில் ஐம்பது ரூபாவை அக்காவிடம் கொடுத்துவிட்டு, மிச்சமாக இருந்த சில பல பத்து ரூபாய்த் தாள்களைத் தன் சேலையின் ஒரு முனையில் முடிந்து கொண்டார்.

உச்சகக்கட்டப் போருக்கு மத்தியில் யாழ்ப்பாணக் குடாநாடே பொருளாதாரத் தடையால் இறுகி இருந்த நேரம் அது. அத்திய அவசிய உணவுப் பொருட்கள் இல்லை, எரிபொருள் இல்லை, வாழ்க்கைக்குத் தேவையான அடிப்படைப் பொருட்கள் எல்லாம் அரசாங்கத்தால் தடை செய்யப்பட்டிருந்தது.

மட்டுவிலில் இருந்து தொண்டைமானாறுக்கு எந்த வாகனங்களும் இல்லை என்பது அம்மாவுக்குத் தெரியும். வாகனம் இருந்தாலும் அம்மாவிடம் கொடுப்பதற்குப் போதிய பணம் இருக்கவில்லை. ஆனாலும் போயே ஆக வேண்டிய கட்டாயம்.

"இதுக்கு மேலேயும் கோயில் நேர்த்திக் கடனைப் பிற்போடுவது நல்லதல்ல" என்ற முடிவுடன், அன்று நடந்து போகலாம் என்று முடிவெடுத்திருந்தார்.

காலை ஆறுமணிக்கு மேல் மட்டுவிலில் இருந்து நானும் அம்மாவும் நடையாகப் புறப்பட்டோம். வாசலில் நின்ற கன்றுக் குட்டி துள்ளிக் குதித்து வந்து "அம்மா..." என்று கத்தியது.

"பிள்ளை ஆடு, மாடுகளுக்குத் தண்ணி வைக்க மறந்திடாதை"

அக்காவிடம் சொல்லியபடி வாசலைத் தாண்டி வீதிக்கு வந்தார் அம்மா. தலையை ஆட்டியபடியே கன்றுக் குட்டியுடன் அக்கா உள்ளே சென்று படலையைச் சாத்திக்கொண்டார்.

ஓட்டமும் நடையுமாக நான் அம்மாவைப் பின் தொடர்ந்து ஓடினேன். அம்மாவின் வேகத்துக்கு என்னால் ஈடுகொடுத்து நடக்க முடியவில்லை. கிட்டத்தட்ட மூன்று மணி நேரத்துக்குள் அச்சுவேலியைச் சென்றடைந்திருந்தோம்.

எனக்குப் பசிக்கத் தொடங்கியதை எப்படியோ தெரிந்து கொண்ட அம்மா தன் பையில் இருந்த கல்லு பணிஸ் ஒன்று, வாழைப்பழம் ஒன்று, தான் போத்தலில் கொண்டுவந்த தண்ணீர் என வரிசையாக எனக்காக கொண்டு வந்த எல்லாவற்றையும் எடுத்துத் தந்தார். நான் சாப்பிட்டு முடித்ததும் தன்னிடம் இருந்த இன்னொரு வாழைப்பழத்தை தானும் உண்டு தண்ணீர் குடித்துக்கொண்டார்.

வெயில் உக்கிரமாகச் சுட்டெரிக்கத் தொடங்கியது. வல்லை வெளியைக் கடந்து போக வேண்டும். தொண்டைமானாற்றைச் சென்றடைய இன்னும் குறைந்தது இரண்டு மூன்று மணி நேரமாவது ஆகும். நேரம் காலை பத்தாகி இருந்தது.

தன் சேலைத் தலைப்பில் கட்டப்பட்ட பணம் இருக்கிறதா என்று சரிபார்த்துக் கொண்ட பின், தன் சேலையின் இன்னொரு முனையால் என் வாயைத் துடைத்து, பின் லேசாக ஒழுகிய மூக்கையும் தன் சேலையின் மற்றொரு நுனியால் துடைத்து விட்டார்.

வல்லை வெளியை நெருங்கும்போது வெயில் உக்கிரமாகக் கொளுத்தியது. எனக்கு வியர்த்துத் தலையில் இருந்து வியர்வை நீர் ஆறாக ஓடியது, என் முதுகுச் சட்டை தெப்பமாக நனைந்திருந்தது. என் முகத்தில் வடிந்த வியர்வையைத் தன் சேலைத் தலைப்பால் துடைத்து விட்டு, வெயில் படாமல் இருக்கத் தன் சேலைத் தலைப்பை அள்ளி என் தலையை மூடிப் போர்த்திக்கொண்டார் அம்மா.

நிறைய மிதிவண்டிகள் எங்களை விலத்திக்கொண்டு வல்லை வெளிக் காற்றைக் கிழித்தபடி விரைந்தன. நான்கு பெண் போராளிகள் இரண்டு மிதிவண்டிகளில் வல்லைக் காற்றை எதிர்த்து மெதுவாக முன்னேறிக்கொண்டிருந்தார்கள். அவர்களில் ஒரு போராளி திடீரென்று தங்களின் வேகத்தைக் குறைத்து,

"அம்மா சந்நிதிக்கோ போறியள்" என்று கேட்டார்.

"ஓம் பிள்ளையள்" என்று தன் நடையின் வேகத்தைக் குறைக் காமலேயே அவர்களுக்குப் பதிலுரைத்தார் அம்மா.

"அம்மா என்னட்ட தண்ணீ இருக்குது... குடிக்கப் போறியளே" என்று இன்னொரு போராளி கேட்டதும்,

"இல்லையம்மா... என்னட்ட தண்ணீ இருக்குது, நீங்கள் பாத்துக் கவனமாய்ப் போங்கோ" என்றபடி தன் வேகத்தில் துளியும் குறையாமல் நடந்தார் அம்மா.

அப்போது ஒரு தட்டிவான் எங்களை விலத்திக் கொண்டு பள்ளம் திட்டு நிறைந்த வீதியில் துள்ளிக் குதித்து வேகமாகச் சென்றது. அது நிறையச் சனம் நிறைந்திருந்தது.

"அம்மாவிடம் நிறையக் காசு இருந்திருந்தால் என்னையும் அதில் ஏற்றி ராஜா மாதிரிக் கூட்டிக் கொண்டு போயிருப்பார்." என்று மனதுக்குள் நினைத்துக் கொண்டேன்.

அதன் பின்னே இன்னொரு தட்டிவான் வந்தது, அதில் அதிகமாகக் கூட்டம் இருக்கவில்லை. "செல்வச் சன்னதி முருகன்" போவதை அதன் பெயர்ப் பலகை காட்டியது. அம்மா என்ன நினைத்தாரோ என்னவோ அதை மறித்து என்னை ஏற்றித் தானும் ஏறிக்கொண்டார்.

"நான் மனதில் நினைத்தது அம்மாவின் காதில் எப்படிக் கேட்டது" என்ற அதிசயம் நீங்காமல் நான் சிலையாக அமர்ந்திருந்தேன்.

குன்றும் குழியுமான வீதியில் தட்டி வான் மாட்டு வண்டில் போலத் துள்ளிக் குதித்து ஓடியபோது, அதிகமாக வாகனத்தில் பயணப்பட்டு அனுபவம் இல்லாத நான், மரத்தினாலான அந்த இருக்கைகளில் இருப்பதும் குதிப்பதுமாக மேலும் கீழும் துள்ளி விழுந்தேன்.

அம்மா என்னை அணைத்துத் தன்னருகில் இருத்தித் தன் சேலைத் தலைப்பால் போர்த்தினார். வாகனத்தின் வேகத்துக்கு ஈடு கொடுக்குமாற்போல கடற்காற்று வீசியது. ஒருகட்டத்தில் அதற்குப் பொறுக்க முடியாமல் அம்மாவின் சேலைத் தலைப்பை என்னிட மிருந்து பிடுங்கி எடுத்து அம்மாவிடமே திருப்பிக் கொடுத்தது.

சற்று நேரத்துக்குள் செலவச் சந்நிதி முருகன் கோயிலில் இறங்கினோம். பார்க்கும் இடமெல்லாம் சனத்திரளாக இருந்தது. கோயில் வீதி கச்சான் கடைகளால் நிறைந்திருந்தது. காவடி எடுப்போர், பால்சொம்பு எடுப்போர் என ஒவ்வொருவரும் தங்கள் தங்கள் நேர்த்திக்கடனை நிறைவேற்றிக் கொண்டிருந்தனர்.

எங்கள் செருப்பைக் கழற்றிப் பாதுகாப்புக்காக ஒரு கச்சான் கடையில் கொடுத்து விட்டு, என்னைக் கடற்கரைத் தண்ணீரில் குளிக்க வைத்தார் அம்மா. கடலில் முழுகி தலை துடைத்த பின் அம்மாவின் பையில் இருந்த வேட்டியை எடுத்து கட்டி நேர்த்திக் கடன் செய்யத் தயாரானேன்.

அம்மா தன்னிடம் மிச்சமாக இருந்த பணத்தில் இருந்து ஒரு தொகையை எடுத்துப் பால் காவடிக்காரனிடம் கொடுத்தார். அவர் எனக்கு நெற்றியிலும் உடலிலும் திருநீற்றை அள்ளி அப்பிக் காவடியைத் தூக்கி என் தோளில் வைத்தார்.

பறை முழக்கம் காதைக் கிழித்தது. நான் காவடியைத் தோளில் சுமந்தபடி சுடு மணலில் கோயிலைச் சுற்றி வந்தேன்.

பக்தியுடன் “அரோகரா... அரோகரா” என்றபடி என்னைப் பின் தொடர்ந்தார் அம்மா.

நேர்த்திக் கடன் முடிந்ததும் முதல் வேலையாக ஓடிச் சென்று செருப்பை எடுத்துக் காலில் போட்டுகொண்டேன். கோயிலின் சுடுமணலில் செருப்பில்லாமல் நடப்பது நெருப்பில் நடப்பதற்குச் சமமாக இருந்தது.

ஆனாலும், கோயிலின் முன் வாசலில் நீண்ட நேரமாகப் படுத்திருந்த அந்தச் சித்தர் இப்போதும் சுடுமணலில் மிகவும் சாதாரணமாக பஞ்சணையில் படுப்பதுபோல ஒய்யாரமாகப் படுத்திருந்தார். அவரின் உடலில் ஒரு கோவணத்தைத் தவிர வேறெதுவுமில்லை, உடம்பு முழுவதும் திருநீறு பூசியிருந்தார்.

எனக்கு அவரைப் பார்க்க மிகவும் விசித்திரமாக இருந்தது. ஒரு சாதாரண மனிதனால் அரை மணி நேரம் கூட இந்தச் சுடுமணலில் நிற்பது இயலாத காரியம், ஆனால் அது அவரால் மட்டுமே முடியும். யார் அவரைப் பார்த்தாலும் அவர் யாரையும் பார்ப்பதுபோலத் தெரியவில்லை. அவரையே வேடிக்கை பார்த்துக்கொண்டிருந்த என்னை,

“அன்னதான மடத்தில போய் சாப்பிடலாம் வா” என்ற அம்மாவின் குரல் தட்டி எழுப்பியது.

சந்நிதி முருகன் கோயிலில் ஒரு அதிசயம் என்னவென்றால் கோயிலை விட அன்னதான மடங்கள் அளவில் பெரியனவாகவும், சனத்திரள் நிரம்பிய இடமாகவும் காணப்பட்டன. சனத்திரளில் தொலைந்து விடக்கூடாது என்ற பயத்தில் அம்மாவின் சேலைத் தலைப்பைப் பிடித்தபடி நான் நடந்தேன்.

பார்க்கும் இடமெல்லாம் அன்னதான மடங்கள் நிறைந்திருந்தன. அம்மா தனக்குத் தெரிந்த அந்த அன்னதான மடத்துக்கு என்னைக் கூட்டிக்கொண்டு போனார், அந்த அன்னதான மடத்தில் இருந்த பெரும்பாலானவர்கள் அம்மாவை நன்கு அறிந்திருந்தனர். கிட்டத்தட்ட பத்து, பதினைந்து ஆண்டுகள் கடந்தும் அம்மாவை யாரும் மறக்கவில்லை. பார்ப்போரெல்லாம் அம்மாவை நலம் விசாரித்தனர்.

அன்னதான மடத்தில் நிறைந்திருந்த கூட்டத்தில் இருந்து யாரோ ஒருவர் அம்மாவை வைத்த கண் வாங்காமல் பார்த்துக் கொண்டிருந்தார். எனக்கு அவரை முன்பின் பார்த்ததாகத் ஞாபகம் இல்லை.

“அவர் ஏன் அம்மாவை அப்படி பார்க்கிறார்” என்று மனதுக்குள் நினைத்துக் கொண்டேன்.

யாரோ தன்னைப் பார்ப்பதை அம்மா எப்படியோ தன் உள்ளுணர்வினால் உணர்ந்திருப்பார் போலும், சட்டென்று திரும்பி

அம்மா அவரைப் பார்த்தார். அடுத்த நொடியே, அவரது முகத்தில் சந்நிதி முருகன் கோயிலின் ஆயிரம் தீபங்கள் ஒளிர்ந்து மின்னின. முகமெல்லாம் மகிழ்ச்சி பொங்க வியப்புடன்,

"அக்கா நீங்க...? என்னால் நம்ப முடியவில்லை" என்றபடி அம்மாவை நெருங்கினார்.

"நீங்க... ?"

"அக்கா... என்னைத் தெரியேல்லையோ?... அக்கா... நான் சங்கர்..."

அம்மாவின் முகம் மலர்ந்தது. வருடங்கள் போகப்போக மனிதர்கள் வளரும்போது, குரல் மாறும், முகம் மாறும், உடல் அமைப்பு மாறும். ஆனாலும் ஏதோ ஒன்று அவர்களின் இயல்பைக் காட்டிக் கொடுத்து விடும். அம்மாவால் அவரை சட்டென்று அடையாளம் காண முடியாவிட்டாலும் இப்போது அம்மாவால் அவரை இலகுவாக அடையாளம் காண முடிந்தது.

"கடவுளே முருகா! எத்தனை வருஷம்... சின்னப் பிள்ளையில பார்த்தது... எப்பிடி நல்லாயிருக்கிறாயா?"

என்றபடி முகமெல்லாம் பல்லாகச் சிரித்தார் அம்மா. அவர் அருகில் நின்ற தன் மனைவியை அம்மாவுக்கு அறிமுகம் செய்து வைத்தார்.

"அக்கா நான் இந்தளவுக்கு இருக்க நீங்களும் ஒரு காரணம்"

என்று சொல்லிக்கொண்டு, சற்றும் எதிர்பார்க்காத தருணம் அம்மாவின் காலில் பொத்தென்று விழுந்து ஆசீர்வாதம் பெற்றார். பல வருடங்களுக்கு முன் அம்மா அவர்களுக்கு ஏதோ ஒரு வகையில் ஏதோ ஒரு உதவி செய்திருக்கிறார் என்பது மட்டும் விளங்கியது.

ஆனால் தான் செய்த உதவி பற்றியோ, இப்படித் தன் உதவியால் வளர்ந்த சிலர் அங்கே உள்ளார்கள் என்பது பற்றியோ அம்மா இதுநாள்வரை ஒரு சொல்கூடப் பேசியதில்லை என்பதை நினைக்கும்போது அவனுக்கு அம்மாவைப் பற்றிப் பெருமிதமாக இருந்தது.

அம்மாவின் திட்டப்படி, அன்றிரவு நாங்கள் சந்நிதி கோயில் மடத்தில் தங்கி மறுநாள் மீண்டும் வீட்டுக்குத் திரும்புவதாக

இருந்தது. அம்மா என்ன சொல்லியும் கேட்காமல், எங்களை வற்புறுத்தித் தங்களுடன் தங்கள் வீட்டுக்குத் தன் காரில் அழைத்துச் சென்றார் அவர். மகிழ்ச்சியின் எல்லைவரை சென்ற நான் அன்றுதான் முதன் முதலில் காரில் பயணப்பட்டேன்.

அன்றிரவு அவர்களின் வீட்டில் அறுசுவை விருந்து கிடைத்தது. இரவிரவாகப் பழைய கதைகள் பேசி அம்மாவிடம் அவர்கள் தங்கள் அன்பைக் கொண்டாடினார்கள்.

கிட்டத்தட்ட சாமம் நெருங்கும்போது நித்திரைக்குச் சென்றோம். அவர்களுக்கு அது சொந்த இடம், நுளம்புத் திரியைக் கொளுத்தி வைத்துத் தூங்கிவிட்டார்கள்.

ஆனால், ஓலை வீட்டில் இயற்கையான காற்றின் கதகதப்பில் படுத்துப் பழக்கப்பட்ட என்னால் தூங்க முடியவில்லை. புது இடம், புழுங்கி அவியும் வெக்கை, இரத்த வேட்கை கொண்டலையும் நுளம்புப் படைகள் என எல்லாம் ஒன்றுகூடி என்னைத் தூங்க விடாமல் அந்த இரவில் ரணகளம் புரிந்தன.

ஆனாலும், அம்மா அன்று இரவு முழுவதும் தன் சேலைத் தலைப்பை விசிறியாக்கி புழுங்கும் இரவிலும் என்னைத் தூங்க வைத்து ஒரு நுளம்புகூட என்னைக் கடிக்க விடாமல் பக்குவமாகப் பார்த்துக் கொண்டார்.

மறுநாள் காலையில் மட்டுவிலுக்கு மீண்டும் நடந்து வருவதாக இருந்தோம். ஆனாலும், அம்மா அவர்களிடம் பஸ்ஸில் போவதாகச் சொல்லி வைத்திருந்தார். அம்மா எவ்வளவு சொல்லியும் கேட்காமல், அவர்கள் தங்கள் அன்பினால் அம்மாவைக் கட்டிப் போட்டுவிட்டார்கள். முடிவில், தங்கள் காரில் எங்களைக் கூட்டிவந்து மட்டுவிலில் உள்ள எங்கள் வீட்டில் இறக்கி விட்டார் கள்.

சைக்கிள்... அது தவிர, ஏதும் வருத்தம் என்றால் மட்டும் யாழ்ப்பாணம் பெரியாஸ்பத்திரிக்குப் போக பஸ் இதுவே எங்கள் வாழ்க்கையாக இருந்தது. காரைத் தொட்டுக் கூடப் பார்க்காத நான் முதல் முறையாக காரில் பயணப்பட்ட அந்த அனுபவம் எனக்கு மறக்க முடியாத நினைவாக நெஞ்சில் நிலைத்து விட்டது.

இது நடந்து கிட்டத்தட்ட ஒரு வருடம் கடந்திருந்தது. யாழ்ப்பாணத்தில் சண்டை மிகவும் வலுப்பெற்றிருந்தது. ஆமி

யாழ்ப்பாண நகரத்தை முழுவதுமாகத் தன் கட்டுப்பாட்டில் கொண்டுவர "முன்னேறிப் பாய்தல்" என்ற பெயரில் பெரும் எடுப்பில் சண்டையைத் தொடங்கி இருந்தான். வலிகாமம் மேற்கில் சண்டை நடந்தாலும் அது தென்மராட்சி வரை பரவியிருந்தது. தென்மராட்சியின் ஊர்கள் தோறும் அடிக்கடி எறிகணைகள் விழுந்து வெடித்தன.

பாதுகாப்புக்காக ஊரில் எல்லோரும் பதுங்கு குழிகளை அமைக்கத் தொடங்கினர். நாங்களும் எங்கள் வீட்டில் தென்னை ஓலையால் வேயப்பட்ட ஒரு நீளக் குடிசையின் கீழே ஒரு ஆழக் குழி தோண்டி, அதன்மேலே வெட்டப்பட்ட பனங் குற்றிகளை வரிசையாக அடுக்கி மேலே மண் மூடைகளைப் போட்டுப் பதுங்குகுழி ஒன்றை அமைத்திருந்தோம்.

வலிகாமம் மேற்குப் பகுதியில் ஆமிக்கும் போராளிகளுக்கும் இடையில் சண்டை மிகவும் உக்கிரமாக நடந்துகொண்டிருந்தது. நாள் முழுவதும் ஆமி எறிகணைத் தாக்குதலை விட்டு விட்டுத் தொடர்ந்து கொண்டிருந்தான்.

தென்மராட்சி உட்பட யாழ்ப்பாணக் குடாநாட்டின் பல பகுதிகளிலும் எறிகணைகள் மழைபோலப் பொழிந்தன. எங்கள் வீட்டுக்கு அருகிலெல்லாம் எறிகணைகள் விழுந்து வெடிப்பதைக் கேட்க முடிந்தது. சில எறிகணைகள் வயல் வெளிகளில் விழுந்து வெடித்தன, கிட்டத்தட்ட அன்றைய பொழுதை நாங்கள் பதுங்கு குழியிலேயே கழித்தோம்.

சில நேரங்களில் எறிகணை வீச்சு ஓய்ந்தபோது அம்மா சமைத்த உணவை, பதுங்குகுழிக்கு உள்ளே இருந்தபடி குழைத்துச் சாப்பிட்டோம்.

அந்த வாரத்துக்குரிய எங்களின் இரண்டு நாட்களைப் பதுங்குகுழி வாழ்க்கை விழுங்கியது, அன்று பதுங்கு குழி வாசலிலேயே சமைத்தோம், பதுங்கு குழியிலே சாப்பிட்டோம், அன்றிரவு பதுங்கு குழியிலே படுத்தோம். வெளியில் வரமுடியாதபடி நிலம் அதிரும்படியாக எங்கும் எறிகணைகள் விழுந்து வெடித்துக் கொண்டிருந்தன, ஊரே புழுதிப் படலமாகக் காட்சி தந்தது.

அதிகாலையில் நாங்கள் கண்ட அந்தக் காட்சி எங்களை நிலைகுலைய வைத்தது.

இரவு ஆமி ஏவிய எறிகணைகளில் ஒன்று எங்கள் வீட்டின் மேலே விழுந்திருந்தது. நாவல் மரக் கிளைகள் வீட்டின் மேலே முறிந்து விழுந்திருந்தன, வீடு உருக்குலைந்து சிதைந்து போயிருந்தது.

இரவு முழுவதும் நித்திரையின்றிக் குரைத்தபடி ஓடித் திரிந்த நாய் வாலைத் தொங்கவிட்டபடி அம்மாவைச் சுற்றிச் சுற்றி ஓடியது. எதுவும் அறியாக் கன்றுக்குட்டி அங்குமிங்கும் துள்ளிக் குதித்து விளையாடியது. கோழிகள் அன்று தானாகவே கூட்டுக்குத் திரும்பி, காலையில் தானாகவே வெளியில் உலாத்தத் தொடங்கியிருந்தன.

கிட்டத்தட்ட எங்கள் வீட்டின் பின்பகுதி முற்றாக்கச் சிதைந்து போயிருந்தது. எங்களுக்கு ஏதோ நடந்து விட்டதாக எண்ணி அயலவர்கள் எங்கள் வீட்டில் கூடினர்.

வீட்டின் மேலே முறிந்து விழுந்து கிடந்த நாவல் மரத்தின் கெட்டுக்களை அயலவர்கள் ஒன்றுகூடி அகற்றினர். வீட்டின் நடுவே இரண்டு மூன்று அடி ஆழத்தில் பள்ளமாகிப் பெரிய கிடங்கொன்று உருவாகி இருந்தது.

எங்கள் வீட்டில் பொருட்கள் வைக்கவென்று பனை மட்டைகளால் அழகாக வரிந்து கட்டப்பட்டிருந்த பரண் முறிந்து கீழே சிதைந்து கிடந்தது. அரிசி வைத்திருந்த மண் பானை சுக்குநூறாகி வீடெங்கும் அரிசி பரவியிருந்தது.

பரணில் வைத்திருந்த அம்மாவின் கறுப்பு இறங்குப்பெட்டியின் ஒரு பாகம் நாவல் மரத்தின் பின்புறத்தே தூக்கி வீசப்பட்டிருந்தது. அதன் உடைந்த மேல் பகுதி இன்னும் சில அடிகள் தள்ளி விழுந்திருந்தது.

தூக்கி வீசப்பட்டுச் சிதைந்து கிடந்த இறங்குப்பெட்டியை அம்மா உற்றுப் பார்த்தார், அவரின் கறுப்பு பூப்போட்ட மாங்காய் கரை வைத்த மஞ்சள் சேலை தூள் தூளாகக் கிழிந்துபோயிருந்தது.

இதுவரை நேரமும் சிதைந்து போயிருந்த வீட்டைப் பார்த்தபடி திகைத்துப் போயிருந்த அம்மா, கிழிந்து உருக்குலைது போயிருந்த

தன் சேலையைக் கையில் தூக்கி ஒரு பிள்ளையைத் தடவிக் கொடுப்பது போலத் தன் நெஞ்சோடு ஒற்றி அணைத்துக் கொண்டார்.

அவரின் அணைப்பிலிருந்து சேலையின் சிதைந்த பகுதிகள் நூல் நூலாக உதிர்ந்து அவரின் காலடியில் விழுந்தன. இப்போது அம்மாவால் அழுகையை அடக்க முடியவில்லை, முதலில் விக்கலும் விம்மலுமாகத் தொடங்கியவர் ஒரு கட்டத்துக்கு மேலே பொறுக்க முடியாமல் ஒப்பாரி வைத்து "ஐயோ" என்று பெருத்த குரலெடுத்தது அழத் தொடங்கினார்.

பறவைகள் பறப்பதில்லை

சாதாரண தரப் படிப்பு முடித்துவிட்டுப் பரீட்சை முடிவுக்காகக் காத்திருந்தவளை, சரியாக இருபது வருடங்களுக்கு முதல் நல்ல சம்மந்தம் என்று அவளின் பதினேழாவது வயதில் அவளின் பெற்றோர் அவளைவிடப் பதினைந்து வயதுகள் மூத்த மாப்பிள்ளைக்குக் கலியாணம் கட்டி வைத்துக் கனடாவுக்கு அனுப்பின போது அவள் நினைத்திருக்கவில்லை இப்பிடியெல்லாம் வெளிநாட்டிலை கஸ்ரப்பட வேண்டி வரும் என்று.

இந்தக் கொரோனா காலத்தில் எல்லாரையும் போலவே வேலைக்குப் போய் வருவது அவளுக்கும் ஒரு பெரிய சுமையாகத்தான் இருக்கிறது. ஆனாலும் அவளுக்கு வேறு வழி தெரியவில்லை, அவளின் வாழ்க்கைக்காக, அவளின் மகனுடைய எதிர்காலத்துக்காக அவள் ஓடியாக வேண்டிய கட்டாயத்தில் இருக்கின்றாள்.

காரைக் கராச்சில் பார்க் பண்ணி விட்டு மாஸ்க் மற்றும் கையுறை களைக் குப்பையில் போட்டு விட்டுக் கைகளுக்கு சாணரைசேர் போட்டு இரண்டு கைகளையும் ஒன்றோடு ஒன்று உரசினாள்.

வாழ்க்கை அவளுக்குப் பல பாடங்களைக் கற்றுத் தந்துவிட்டிருக் கின்றது. ஒரு காலத்தில் ஊரில் தனியாக கடைக்குப் போய் பொருட்கள் வாங்கிவரப் பயந்த, மற்றவர்களுடன் பேசுவதற்கு கூச்ச சுபாவம் கொண்ட அவளா இப்படி தனியாளாக இந்த உலகில் வாழ்கிறாள்? என்று எல்லோரும் வியக்குமளவுக்கு மாறிவரும் இந்த நவீன உலகில் அவள் தன்னைத்தான் தினமும் புதுப்பித்துக் கொண்டிருக்கின்றாள்.

ஐசோபிரோப்பில் போட்டு கார் ஸ்ராரிங் வீலையும் தன் கைகள் பட்ட எல்லா இடங்களையும் வடிவாய்த் துடைத்த பிறகு கதவைத் திறந்துகொண்டு உள்ளே வந்தவள் கைகளைச் சோப்புப் போட்டுக் கழுவி விட்டு நேராகக் குளியலைறைக்குச் சென்று களைப்புத் தீரும்வரை முழுகிய பின் தலை முடியை அள்ளி உச்சந் தலையில் முடிந்தபடி கண்ணாடியைப் பார்த்தாள். இந்த வயதிலும் இளமை குறையாமல் துடிப்புடனும் பொலிவுடனும் இருக்கும் தன் தோற்றம் கண்டு அவளே பொறாமை கொண்டாள்.

உடையை மாற்றிய பின் எல்லா உடுப்புக்களையும் வோசரில் தோய்க்கப் போட்டு விட்டுத் திரும்பவும் கைகளைக் கழுவினாள். பால் விட்டு நிறையச் சாயம் போட்டு ஒரு தேத்தண்ணி ஊத்திக் கொண்டு பொட்டுக்கடலை டப்பாவுடன்காற்று வாங்குவதற்காகவும் காலாறுவதற்காகவும் பாடியோப் *(patio deck)* பக்கம் போனாள்.

தேத்தண்ணியை இரண்டு மூன்று தடவைகள் ஊதிய பின் உறிஞ்சியவள் பொட்டுக் கடலையைக் கரண்டியால் அள்ளி வாயில் போட்டபடி, இளையராசாவை காதுக்குள் தாலாட்ட விட்டபடி, பாடியோவில் உள்ள சாய்மனைக் கதிரையில் காற்று வாங்கியபடி படுத்திருந்தாள்.

வழமைபோல அந்த ஒற்றை முயல் வந்து பொட்டுக் கடலைக் காகக் காத்திருந்த போது, ஒரு கரண்டி பொட்டுக் கடலையை அள்ளி முயலுக்கெனவே அவள் வாங்கி வைத்திருந்த தட்டில் போட்டு விட்டு, “இந்த திமிர் பிடித்த முயல் நேற்றுப் போட்ட காரட் அப்பிடியே இருக்குது... ஆனால் பொட்டுக் கடலையை ஒண்டும் விடாமல் சாப்பிடுறத பார்...” மனதுக்குள் நினைத்தபடி அது சாப்பிடுவதை ரசித்துக் கொண்டிருந்தாள்.

கலியாணமாகி வந்த புதிதில் ஒரு குட்டிப் பெண்ணாகக் கனடாவுக்கு அவள் வந்தபோது அவளது உலகம் முன்பின் அறியாத அவளின் கணவனை மட்டுமே சுற்றியிருந்தது. தெரியாத புதிய நாட்டில் யாரையும் அவள் முன் பின் அறியாள். கணவன் காட்டும் முகங்களையே நட்பென, உறவென நம்பியிருந்தாள்.

ஆறு மாதங்களில் அவளுக்கு முதல் குழந்தை கருவிலேயே அழிந்தபோது, கணவன் அடித்ததால்தான் அழிந்ததாக உறவினர்கள்

மற்றும் சுற்றத்தவரிடம் ஒரு பேச்சு வந்தபோது, அப்போது அவள் அதைப்பற்றி யாரிடமும் வாய்திறந்து எதுவும் பேசாது மௌனம் காத்தாள்.

அவளுக்கும் கணவனுக்கும் அடிக்கடி சண்டைகள் வந்தாலும், தன் கஷ்டம் தன்னுடன் என்று அவள் அதைப் பற்றி வெளியில் யாரிடமும் சொல்லிக் கொள்வதில்லை. முதல் குழந்தை அழிந்து இரண்டு வருடங்கள் கழித்து ஒரு மகன் பிறந்த பின்னர், அவளது உலகம் அவனைச் சுற்றியே பின்னப்பட்டது.

இன்று மகன் வளர்ந்து பதினெட்டு வயதுகள் கழித்துப் பல்கலைக் கழகம் போன பிறகு, வேலை... வீடு கூட்டிப் பெருக்குதல் என அவளுக்கு எல்லாவற்றையும் தனிமையில் செய்யவதே ஒரு போராட்டமாக இருந்தது. எல்லாவற்றுக்கும் மேலாக அவளின் உலகே அவளை விட்டு நீங்கியது போல ஒரு வெறுமையை உணர்ந்தாள்.

ஒரு அறையுடன் கூடிய இந்த டவுன் ஹவுஸ்க்குக் குடி வந்து ஒரு வருடம் தான் ஆகின்றது. அவள் இங்கு குடி வந்து ஒரு நாலு மாதத்திலிருந்து அந்தப் பெட்டை முயலும் அவளின் நட்பு வட்டத்துக்குள் வந்து சேர்ந்தது.

முதல் பழக்கத்தில் முயல் அவளுக்குக் கிட்ட வரப் பயந்தது. ஊரிலை வேட்டையாடுபவர்கள் காட்டு முயலை வேட்டையாடிக் காதிலை பிடிச்சுத் தூக்கிக் கொண்டு போவதைப் பார்த்திருக்கிறாள்.

“அந்த முயல் சூ எண்டால் கண்ணிமைக்குறதுக்குள்ள ஒரு கிலோ மீட்டர் தாண்டிடும் ஆனால் இந்த முயல் சூ எண்டால் ரண்டடி தள்ளிப் போய் நிண்டு திரும்பிப் பாக்குது.” என்று தனக்குள்தான் அடிக்கடி நினைத்துக்கொண்டாள் அதுக்குத் தெரியும் தன்னை யாரும் அடிக்க முடியாது எண்டு. இந்த முயலைப் பார்க்கும் போதெல்லாம் “முயலாய் பிறந்தாலும் வெளிநாட்டிலை பிறக்க வேணும்...” என்று அடிக்கடி நினைப்பாள்.

முதலில் அவள் “சூ” என்று சொன்ன போது காதுகளை அகல விரித்து முன்னங்கால் ரெண்டையும் தூக்கி வைத்துக் கொண்டு அவளைப் பார்த்து தன் உடலை ஒரு சிலுப்புச் சிலுப்பியது.

"இப்பிடியெல்லாமா முயல்கள் இருக்கும்..." என மனதுக்குள் வியந்தாள்.

அன்றிலிருந்து ஒவ்வொருநாளும் வேலையால் வந்ததும் வராதது மாகப் பொட்டுக் கடலையும் தேத்தண்ணியுமாகப் பாடியோவுக்கு வந்து விடுவாள்.

அவள் வேலையால் வரும் நேரம் கூட அந்த முயலுக்குத் தெரிந் திருந்தது. இன்றைய நாளில் அவளை அந்த வீட்டில் தேடும் ஒரே உயிர் அந்த முயல்தான்.

அன்றைய தினம் மகனிடம் இருந்து வந்த 'வாட்ஸ் அப்' குறுந் தகவல்களை அசைப்போட்ட படி முயலின் ஒவ்வொரு அசைவுகளையும் ரசித்துக் கொண்டிருந்தாள். அவளுக்கும் அந்த முயலுக்கும் இடையில் பாஷைகள் இல்லாமலேயே ஒரு விதமான தொடர்பாடல் நிகழ்ந்து கொண்டிருந்தது.

முயலுக்கு அரை மணி நேரம்தான் அவளுடன் பேசப் பிடிக்குமோ என்னவோ வழமை போலவே சரியாக அரை மணித்தியாலங் களுக்குள் அது வந்த வழியே போய் விட்டது.

அவளும் இளைய ராஜாவுக்குக் கொஞ்சம் ஓய்வு கொடுத்து விட்டு மகனுக்குப் போன் எடுத்தாள். அவன் மேல்நிலைப் பள்ளிப் படிப்பை முடித்துப் பல்கலைக் கழகத்தில் படிப்பதற்காக விடுதியில் தங்கி ஒரு வருடம் ஆகி விட்டது.

எப்போதாவது கிடைக்கும் விடுமுறைக்குத் தாயைப் பார்க்க வருவதுடன் சரி. ஆனால் ஒவ்வொருநாளும் இரவு என்ன வேலை இருந்தாலும் தாய் அவனுடன் டெலிபோனில் கதைக்க வேணும் என்பது அவனது கட்டாய உத்தரவு. இதற்கிடையில் தன் தந்தை தங்களுக்குத் துரோகம் செய்தது பற்றியும் அவருக்கு முன்னால் தன் தாய் மிகவும் சிறப்பாக வாழ்ந்து காட்ட வேண்டும் என்பது பற்றியும் அவன் அடிக்கடி தாயுடன் விவாதிப்பான்.

சிலவேளைகளில் அவளிடம் "அம்மா நீ ஏன் இன்னொரு கலியாணம் செய்யக் கூடாது?" என்று தனக்குத் தோன்றுவதைச் சிரித்தபடி கேட்டு விடுவான், அவளும் சிரித்தபடியே எதுவும் பேசாது அதையும் கடந்து செல்வாள்.

இலங்கை நேரம் சரியாகக் காலை எட்டு மணிக்கு ஊரில் உள்ள தாய்க்குப் போன் எடுத்தாள். இதுவும் அன்றாட நிகழ்ச்சி நிரலில் வருவதுதான். மறுமுனையில்...

"என்ன பிள்ள செய்யிறாய்..."

"நான் இப்பதான் வேலையால வந்து தேத்தண்ணி குடிச்சிட்டு இருக்கிறேன் அம்மா..."

"சாப்பிட்டியே பிள்ளை..."

"இல்லையம்மா இனித்தான் சாப்பிட வேணும்..."

அடுத்ததாக என்ன என்பது அவளுக்குத் தெரியும். ஒவ்வொரு நாளும் இதே பல்லவி... இதே சரணம் தான்.

"என்ன பிள்ள... எத்தின நாளைக்குத்தான் இப்பிடியே தனிய இருப்பாய்..."

"அம்மா உங்களுக்குக் கனக்க முறை சொல்லீட்டேன்... இனி உதைப்பற்றி என்னோட கதைக்க வேண்டாம் எண்டு..."

"என்ன பிள்ளை நீ என்ன கிளண்டி போனியே? இப்பதான் முப்பத்தேழு வயசு முடிஞ்சு கொஞ்ச நாள் ஆகுது... இஞ்சை சிலதுகள் இப்பதான் கலியாணமே செய்யுதுகள், நீ என்னண்டால்..."

"......"

"இன்னும் எத்தின நாளைக்குத்தான் தனிய இருக்கப் போறியோ... கடவுளுக்குத்தான் வெளிச்சம்"

மறு முனையில் தாயின் விம்மல் சத்தம் கேட்டது. "தாய் அழத் தொடங்கி விட்டாள் என்பது தெரிந்ததும், "சரி அம்மா நான் நாளைக்கு எடுக்கிறேன்..." என்றபடி பதிலுக்குக் காத்திராமல் தொடர்பைத் துண்டித்தாள்.

மகனுக்கு மூன்று வயதாக இருந்த போது கணவன் தன்னை விட்டு இன்னொருத்தியோட போன பின்னர், இன்றுவரை மனம் தளராமல் ஒரு பக்கம் மகனையும் வளர்த்தபடி இன்னொரு பக்கம் வேலை செய்து வைராக்கியமாக வாழ்ந்து வருகிறாள்.

அவளின் முதல் குழந்தை கருவிலே அழிந்த போது ஒருநாள் அவளின் கணவன் பற்றியும் அவன் ஏற்கனவே கனடாவில் ஒரு

பெண்ணுடன் குடும்பம் நடத்தியது பற்றியும் யாரோ ஒருவர் சொல்லக் கேட்டு அதை அவள் தன் கணவனிடம் கேட்கப் போய், "அப்ப நீ என்னைச் சந்தேகப்படுகிறாய்... அப்பிடித்தானே?" என்று அவன் அவளுடன் சண்டைக்குப் போய் முடிவில் அவன் அடித்ததில் அவளின் முன்வாய்ப் பல்லில் ஒரு பாதி உடைந்தது, பின்னர் அவள் குளியலறையில் தடுக்கி விழுந்ததாக பொய் சொல்லி அதற்காகச் சிகிற்சை பெற்றுக் கொண்டாள்.

அதன் பின் அவள் மீண்டும் கர்ப்பமான போது யாரோ ஒரு பெண்ணுடன் அவனை ஒரு ரெஸ்ராரண்டில் பார்த்ததாக அவளின் நண்பி ஒருத்தி சொல்லக் கேட்டு மீண்டும் ஒரு பெரிய சண்டை வெடித்து, மீண்டும் அடிதடியில் முடிந்தது.

பின்னர் குழந்தை பிறந்த பிறகு, இரண்டு பேருக்கு உழைக்க வேணும் ஒரு வேலை மட்டும் போதாது இன்னொரு வேலை வேணும் என்று சொல்லி அவன் இரவில் இன்னுமோர் வேலைக்குப் போவதாக அவளிடம் கதை சொல்லி பெரும்பாலான இரவுகளில் வீட்டுக்கு வருவதைத் தவிர்த்தான். கிட்டத்தட்ட இரண்டு அல்லது மூன்று வருடங்கள் கூடுதலான இரவுகளில் அவன் வீட்டுக்கு வருவதே இல்லை.

அவள் கனடாவுக்கு வந்த நாளில் இருந்து வேலைக்குப் போக வேண்டும் என்று பல முறை அவனிடம் கெஞ்சியும் "நீ வேலைக்குப் போய் ஒண்டும் கிழிக்க வேண்டாம்... ஒழுங்கா வீட்டில இரு அது போதும்" என்று அவன் அடக்கி விடுவான்.

ஆனாலும் தன் மகனுக்கு மூன்று வயதுகள் கடந்த போது அவள் தானும் வேலைக்குப் போக வேண்டும் என்று அடம் பிடித்து ஒரு நல்ல வேலையைத் தேடிக் கொன்டாள். அன்று தொடங்கிய சண்டை பெரிதாகி மகனுக்கு நாலு வயதானபோது அது விவாகரத்தில் வந்து நின்றது. விவாக ரத்தாகி ஒரு வாரத்தில் அவனை அவள் வேறொரு பெண்ணுடன் ஒரு சாப்பிங் மாலில் பார்க்க நேர்ந்தது.

"அம்மா... அங்க பார் அப்பா... " என்று ஷாப்பிங் கார்டில் உக்கார்ந் திருந்த மகன் கை காட்டி "அப்பா... அப்பா..." என்று கூப்பிட்ட போதும் அவன் இவர்களை ஒரு பொருட்டாய் மதிக்காமல் சென்று விட்டான்.

கணவன் விட்டிட்டுப் போன இந்தப் பதினைந்து வருடத்தில் அவளின் வாழ்க்கை எல்லாம் தன் மகனைச் சுற்றியே இருந்தது. மகன் பல்கலைக் கழகம் சென்ற நாளில் இருந்து அவளுக்கு எதையோ வாழ்வில் இழந்ததைப் போல ஓர் உணர்வு. என்னதான் மகனுடனும் தினமும் போனில் கதைத்தாலும் எதையோ ஒன்றைப் பறி கொடுத்ததைப் போல உணர்ந்தாள்.

மறுநாள் வேலையில் இருந்து வந்தவள் தேத்தண்ணிக் கப்புடன் பொட்டுக் கடலையையும் எடுத்துக் கொண்டு வழமை போலவே பாடியோவுக்குப் போனாள். நீண்ட நேரமாகியும் இன்று முயல் வரவில்லை, ஏமாற்றத்துடன் வழமையான வேலைகளில் மூழ்கிவிட்டாள்.

வெள்ளி... சனி... இப்படியே இரண்டு நாட்களும் முயல் வராமல் போகவே அருகில் வழமையாக முயல் இருக்கும் சிறிய பூச் செடிகளுக்குள்... புல் வெளியில்... பற்றைகளுக்குள் எல்லாம் தேடினாள். கண்ணுக்கெட்டிய தூரம் வரை எங்கும் முயலைக் காண முடியவில்லை.

"பாவம் தனி முயல்... யார்தான் தேடுவார்... என்னைப் போலவே... இப்பிடித்தானே நானும் ஒருநாள்..." பொட்டுக் கடலை டப்பாவைத் தூக்கி மேசையில் "டமார்" என்று வைத்தவள் யோசித்தபடி விறாந்தையிலேயே அப்படியே நித்திரையாகி விட்டாள்.

தேத்தண்ணிக் கப்பும் பொட்டுக் கடலையுமாகத் திங்கட்கிழமை அன்று பாடியோ டெக்கில், சாய்மனைக் கதிரையில் சாய்ந்தபடி இளையராசாவின் இனிய கானங்களை ரசித்தபடி இருந்தாள். தேத்தண்ணியை உறிஞ்சியபடி புல்வெளியையே பார்த்தபடியே ஏதோ யோசனையில் மூழ்கியிருந்தாள்.

செவ்வாய்க்கிழமை பின்னேரம் பொட்டுக் கடலையை எடுக்க மனமில்லாமல் தேத்தண்ணிக் கப்புடன் மட்டும் போய் இளைய ராசாவைத் தட்டி விட்டுக் கதிரையில் சாய்ந்தவளுக்கு அவளுடைய கண்களையே நம்ப முடியவில்லை, முயல் மெல்ல மெல்ல நடந்து வந்துகொண்டிருந்தது.

காதுகளை விரித்து முன்னங்கால்கள் இரண்டையும் உயர்த்தி அவளைப் பார்த்தது. ஓடிப் போய் பொட்டுக் கடலை டப்பாவைத்

தூக்கிக் கொண்டு மீண்டும் பாடியோவுக்கு ஓடி வந்தாள்.

அவளுக்கு இன்னுமோர் ஆச்சரியம் காத்திருந்தது. இதுவரை காலமும் தனிமையாக வந்த முயல், வழமைக்கு மாறாக இன்று இன்னொரு ஆண் முயலையும் துணைக்குக் கூட்டிக் கொண்டு வந்திருந்தது.

"ஒருவேளை அம்மா சொல்லுறதும் சரிதானோ...?" என்று மனதுக்குள் நினைத்தபடி, கலியாணமாகி வந்த புதுமணத் தம்பதிகளுக்கு விருந்தளிப்பதற்காகப் பொட்டுக் கடலை டப்பாவைத்

கனவுகளைத் தேடி அலைபவன்

"என்னதான் மனிச வாழ்க்கை சுத்திச் சுழண்டாலும் மனிசன் என்பவன் கனவுகளைச் சுமக்கும் கூடம்தானே" என்று சொன்ன சிக்மன் பிராய்ட்டின் கருத்து உண்மைதான் போலிருக்கிறது. அவனுக்குச் சிக்மன் பிராய்ட் என்றால் தனியொரு ஈடுபாடு.

இந்த நிஜ உலகில் அதிகமான மனிதர்கள் கனவுகளைச் சுமந்தலையும் ஜடங்களாகத் தங்களால் கூற முடியாத எண்ணற்ற விடயங்களைத் தம் ஆழ் மனதில் புதைத்து வைத்து ஈற்றில் அப்படியே இறந்துபோய் விடுகின்றனர். இன்னும் சிலர் தங்கள் மனதுக்குள்ளேயே எல்லாவற்றையும் பூட்டி வைத்து வாழ்நாள் முழுவதும் சொல்லவும் முடியாமல் மெள்ளவும் முடியாமல் அவஸ்தைப் படுகின்றனர்.

இவ்வுலகில் நிறைவேறாத எண்ணற்ற விடயங்கள் என் ஆழ் மனதைக் குடைந்து, உண்ணவும் உறங்கவும் விடாமல் ஒவ்வொரு நொடிப்பொழுதும் பெரும் பூதமாக அச்சுறுத்திக் கொண்டிருந்தன.

நிர்மூலமாகிப்போன பல கனவுகளைச் சுமந்தலையும் ஒரு சாதாரண மனிதன்தான் நான். என் கனவுகள் விசித்திரமானவை, என் வாழ்நாளில் என்னால் தவறவிடப்பட்ட மகிழ்ச்சிகள் அனைத்தும் அடிக்கடி என் கனவில் வந்து என்னை மகிழ்வின் உச்சத்துக்குக் கொண்டு சென்றுவிடுகின்றன.

உண்மையில் நான் யார்? என்னால் என்னதான் செய்ய முடிகின்றது? "நீ யார்? நீ ஒரு மனிதன் தானே....?" என்னை நானே திருப்பித் திருப்பிக் கேட்டுக் கேட்டுத் தோற்றுப் போகிறேன்.

"உன்னால் என்னதான் உருப்படியாய் துணிந்து சொல்ல முடிகிறது? நீ எதற்குத்தான் துணிந்தவனாக இருக்கிறாய்?" என்று அடிக்கடி பல வினாக்கள் என்னுள் எழுந்து திரும்பத் திரும்ப என்னை அச்சுறுத்திக் கொண்டிருக்கின்றன.

ஒவ்வொரு நிறுத்தத்திலும் பயணிகளை உள்வாங்கியபடியும் வெளியேற்றியபடியும் பேருந்து மெதுவாக நகர்ந்துகொண்டிருந்தது. இது வரையில் நின்றுகொண்டு பயணம் செய்த பலர் வெளியேறியோரின் இருக்கைகளை ஆக்கிரமித்துக் கொள்ளப் புதிதாக உள்ளே வந்த பலர் இப்போது பேருந்தின் உள்ளே நின்று கொண்டிருந்தனர். இன்னும் சிலர் முதியவர்களுக்கும் பெண்களுக்கும் தங்கள் இருக்கைகளைத் தானமாக வழங்கத் தலைப்பட்டனர்.

எனது இருக்கைக்கு அருகே வந்த ஒரு முதியவர் இருக்கை கிடைக்குமா என்பதுபோல என்னையே வைத்த கண் வாங்காமல் பார்த்துக்கொண்டிருந்தார். வேறு வழியின்றி எனது இருக்கையை அவருக்கு வழங்கிவிட்டுக் கொஞ்சம் காலாற எழுந்து நின்றேன். அவர் என்னைப் பார்த்துச் சிங்களத்தில் நன்றி சொன்னார், பதிலுக்கு நான் அவருக்கு ஒரு புன்னகையைப் பரிசாகக் கொடுத்தேன்.

யார் ஏறினால் என்ன இறங்கினால் என்ன என்பதுபோல எனக்கு முன் இருக்கையில் ஒரு சிங்களப் பெண் முகத்தில் எவ்விதமான சலனமும் இல்லாமல் பொட்டில்லா முகத்திலும் பொங்கி வழியும் அழகும் மகிழ்வும் இழையோடக் காதில் மைஃரோ ஹெட் போன் மாட்டிப் பாடல் கேட்டபடி அமர்ந்திருந்தாள்.

இந்தப் பேருந்தில் ஏறியதில் இருந்து பன்னிரண்டாவது தடவையாக மீண்டும் என் சட்டைப் பையில் கையை விட்டு அடையாள அட்டையை உறுதிப் படுத்திக்கொள்கின்றேன்.

கண்ணாடி யன்னலூடாக வெளியில் இருந்து வந்த சில்லென்ற குளிர்ந்த காற்று என் முகத்துக்கு கொஞ்சம் இதமாக இருந்தது, திடீரெனத் தூறிய மழையின் சில தூறல்கள் காற்றோடு பறந்து வந்து முகத்தில் ஒட்டிக் கொண்டன. கண்களை மூடியபடி முகத்தை மெதுவாக உள்ளிழுத்துக் கொண்டேன்.

மூடிய கண்களினூடே விம்பங்கள் வந்து தொலைத்தன. நேற்றைய இரவில் நான் கதை எழுத முனைந்ததும் பின் அது

சரிப்படாது போகவே அது இன்றைய இரவுக்கு ஒத்தி வைக்கப் பட்டதும் மனதில் வந்து போனது.

அண்மைய நாட்களாக இணையத் தளங்களினூடே அன்றாடம் பொங்கி வழிகின்ற இறப்புச் செய்திகளும் பட்டினிச் சாவு பற்றிய குறிப்புக்களும் என்னை உறங்க விடாது இறுகப் பற்றிக் கொண்டு இதயத்தைக் கனக்கப் பண்ணித் துருவியெடுத்துக் கொண்டிருந்தன.

இப்போது நடத்துனரின் குரல் அடுத்த நிறுத்தத்துக்கான அறிவிப் பைச் சொல்லியது, அது நான் இறங்க வேண்டிய இடத்துக்கு முன்னைய நிறுத்தம். மூடிய கண்களை விழித்து வெளியே பார்க்கின்றேன். நான் இறங்க வேண்டிய இடம் நெருங்கிக் கொண்டிருந்தது. இப்போது, அந்தச் சிங்களப் பெண் யாருடனோ கைப்பேசியில் சிரித்துச் சிரித்து கதைத்துக் கொண்டிருந்தாள்.

நான் மெதுவாக முன்நகர்ந்து என் கைப்பைய எடுத்துக்கொண்டு பேருந்தின் முன் வாசல் பகுதி நோக்கி நகர்கின்றேன். எனக்கான நிறுத்தத்தில் பேருந்து நின்றதும் இறங்கி, மீண்டும் பதின்மூன்றாவது தடவையாகவும் என் அடையாள அட்டையை உறுதிப்படுத்தியபடி வேகமாக நடக்கின்றேன்.

வயல்வெளிகளில் இருந்து வந்த தென்றல் காற்று முகத்தில் பட்டுத்தெறித்தது, கண்ணில் பட்ட இடமெங்கும் வெட்டவெளியாக வயல்வெளிகள் பரவிக்கிடந்தன. தென்றலின் இனிய வாசத்தை அள்ளிச் சுவைத்தபடி மூக்கின் வழியே இழுத்து ஆசை தீர வாய்வழியே விட்டு வெளியனுப்பி அனுபவித்தேன்.

இதமான மாலைப்பொழுதில் குளக்கட்டின் வழியே பொங்கிப் பிரவாகிக்கும் வயற்காற்று மருதமர இலைகளை அசைத்து நடனம் பயிற்றிக் கொண்டிருந்தது. நிறைகுளம் தளதளத்து குளத்து நீர் முட்டிமோதியது, குளத்து நீரில் அலைகள் தாளம் போட்டுக் கொண்டிருந்தன. வான் பாய்ந்து அடங்கியதற்கான ஆதாரங்கள் அங்குமிங்குமாகச் சிதறிக் கிடந்தன. ஈரக்காற்று மனதுக்கு இதமாக இருந்தது.

கிட்டத்தட்ட ஐந்து ஆண்டுகளின் பின் என் சொந்த மண்ணில், நான் பிறந்து வளர்ந்து ஓடியுலாவிய என் சொர்க்க பூமியில் காலடி வைத்த ஆனந்தத்தில் வயிற்றுக்கும் தொண்டைக்கும் இடையில் நின்று பெரு நடனமாடியது இதயம்.

கடந்த ஐந்து ஆண்டுகள் நான் எப்படி இருந்தேன்? எங்கிருந்தேன்? என்பதெல்லாம் இப்போது எனக்குத் தேவையற்றதாகிப் போயிருந்தது. எந்த ஊர் என்றாலும் சொந்த ஊருக்கு நிகராக வராது என்ற உண்மையை இங்கு காலடியெடுத்து வைத்த இந்தக் கணத்தில் நான் உணரத் தலைப்பட்டிருந்தேன்.

இப்போது என் உயிர், மூச்சு, சுவாசம் எல்லாம் ஒன்று சேர்ந்து 'செம்புலப் பெயல் நீராய்' ஒன்றாகக் கண்டேன். என் கை, கால், நரம்புகள் அனைத்திலும் மின்சார வேகம் பாய்ந்ததாய் ஒரு புத்துணர்வு பெற்று மீண்டுகொண்டிருந்தேன்.

செம்மண் கிறவல் வீதியில் ஆங்காங்கே புற்கள் முளை விட்டிருந்தன, சேறும் சகதியுமாகப் பள்ளங்கள் நிரம்பியிருந்தன, பல வீடுகள் அழிக்கப்பட்டு இருந்த அடையாளமே தெரியாமல் தரைமட்டமாய்க் கிடந்தன, இன்னும் சில வீடுகள் குற்றுயிரும் குறையுயிருமாக உருக் குலைந்து போயிருந்தன.

வழியில் இரண்டொரு இராணுவ முகாம்கள் தவிரச் சொல்லிக் கொள்ளும்படி சன நடமாட்டம் இல்லாமல் வீதிகள் வெறிச்சோடிக் கிடந்தன. முகம் தெரிந்த பல பழைய மனிதர்களை ஊரில் காணமுடியவில்லை, ஒருவேளை முதுமையின் சீற்றத்தால் அவர்கள் மாண்டிருக்கலாமோ என்னவோ.

ஊரில் புதிதாக யாரும் வேலிகள் போட்டதற்கான சுவடுகள் தென்படவில்லை, எல்லோரும் சகிப்புத்தன்மை பெற்றவர்களாகி புதுப் பிறப்பெடுத்திருப்பதாக என்னால் உணரமுடிந்தது.

என் வீடு உருக் குலைந்து சிதைந்து போயிருந்தது. ஆயிரம் துளைகளுக்கு மேல் விழுந்து கூரை சல்லடையாகக் காட்சி தந்தது, "கடவுளால் கைவிடப் பட்ட எங்கள் நிலத்தில் ஆயிரம் துளைகள் போடும் வல்லமையைப் பெற்றவர் யார்?" என்று எனக்குள் நினைத்துக் கொண்டு அடிமேல் அடி வைத்து வீட்டுக்குள் நுழைகின்றேன்.

எனக்குச் சின்ன வயதிலிருந்து புத்தகங்கள் என்றால் உயிர், ஒரு நல்ல புத்தகம் பத்து நண்பர்களுக்கு நிகரானது என்ற சீரிய கொள்கையுடையவன் நான். சிறு வயதிலிருந்து சேர்த்து வைத்திருந்த புத்தகங்கள் அனைத்தையும் பார்க்கும் ஆவலுடன் கதவை மெதுவாகத் தள்ளித் திறந்தேன்.

"தொபார்..." என்ற பெரிய சத்தத்துடன் அது கீழே விழுந்தது.

தூசுப் படலம் கண்களை மறைக்கக் கைகளால் கண்களை இறுக்கப் பொத்தினேன், தும்மல் அடக்க முடியாமல் பொத்துக் கொண்டு வந்தது. கிட்டத்தட்ட இரண்டு நிமிடங்கள் இடைவிடாமல் தும்மினேன், அதன்பின் கண்களைத் திறந்து உள்ளே பார்த்தேன், யுத்த முடிந்த களம் போலச் சிதைந்து போயிருந்தது என் புத்தக அலுமாரி.

சிலந்திவலைகள் முகட்டுக்கும் யன்னலுக்கும், கதவுக்கும் அலுமாரிக்கும் இடையில் பாலங்கள் போட்டிருந்தன. கூரைத் தகடுகளினூடாக உள்விழும் சூரியஒளி அமாவாசை இருளில் மிளிரும் வானத்து நட்சத்திரப் புள்ளிகள் போல நிலத்தில் விழுந்து பிரகாசித்தன.

கரப்பான் மற்றும் தட்டான் பூச்சிகள் அங்குமிங்குமாக ஓடி விளையாடிக்கொண்டிருந்தன. இரண்டொரு சுண்டெலிகள் செத்துப் போன என் தாத்தாவின் உடைந்து தொங்கும் படத்தின் மேல் பாய்ந்தோடி விளையாடுவதைக் கண்டேன்.

அறைக்குள் காலடியெடுத்து வைப்பதற்கே பயமாக இருந்தது. சிறுவயதில் நாங்கள் ஒளிந்துப் பிடித்து விளையாடிய எங்கள் கனவு வீடு இப்போது எனக்கு மரண பயத்தைத் தருகின்றது.

மனதளவில் துணிவை வரவழைத்துக் கொண்டாலும் "இன்னும் என்னவெல்லாம் இருக்குமோ?" என்ற பீதியுடன் உள்ளே மெதுவாகக் காலடியெடுத்து வைக்கின்றேன். என் கால்வழியே ஏறித் தலைவரை சென்று உச்சிமோந்து தடவிப்பார்த்தது ஒரு கரப்பான்பூச்சி.

அம்மா அடிக்கடி விளக்கேற்றும் எங்கள் வீட்டின் சாமிப்படத் தட்டில் பல்லிகளும் ஓரிரு பூரான்களும் கேட்பாரின்றி உலாவித் திரிந்தன. மீண்டும் என்னுள் சிறு பயம் தொற்றிக் கொண்டது.

"சிலவேளை பாம்புகள் இருந்தால் கூட ஆச்சரியப் படுவதற்கில்லை" என்ற எச்சரிக்கையுடன் நிதானமாகச் செயற்படத் தொடங்கினேன்.

இப்போது விழித்திருக்கும்போது கூட என்னால் கனவு காண முடிகின்றது. என் கனவுகள் அற்புதமானவை, அழகானவை,

என்னால் காணப்பட்ட அத்தனை கனவுகளும் என்னால் மட்டுமே அனுபவிக்கக்கூடிய அந்தரங்கமானவை. எனது நிராசைகள், வலிகள், வேதனைகள், நிறைவேறாத ஆசைகள் எல்லாம் ஒன்றுகூட்டிக் கனவுகளாக உருமாற்றம் பெறுகின்றன.

அண்மைக்காலமாக நிறைவேறாத ஆசைகள் பலவற்றை என் ஆழ்மனதில் பூட்டிவைத்துவிட்டுத் தனிமையில் மௌனியாகி இருக்கவேண்டிய நிர்ப்பந்தம் எனக்கு. என்னால் எதுவுமே செய்ய முடியவில்லை, தூக்கத்தில், அரைத்தூக்கத்தில் மட்டுமன்றிச் சிலவேளைகளில் விழித்திருக்கும்போதுகூடக் கனவுகள் வந்து தொலைக்கின்றன. அண்மைய நாட்களில் அடிக்கடி என் கனவில் என் ஊர், என் வீடு, இன்னும் எனக்கேயுரிய எல்லாம் வந்து போகின்றன.

இப்போது என்கனவில், நான் என் சொந்த ஊரில் என் வீட்டில் நிற்கின்றேன். கரப்பான் பூச்சிகள், தட்டான்கள், சிலந்திகள், பல்லிகள், தேள்கள், பூரான்கள், கொடுக்கான்கள், இன்னும் பாம்புகள், எதுவாயினும் என் இருப்பிடத்தில் குடியிருக்கக்கூடும் என்ற அச்சத்தில் தவிக்கின்றேன்.

"கடவுளே இந்தக் கனவு முடிவதற்குள் நான் அவைகளை என் வீட்டிலிருந்து விரட்டியாக வேண்டும். அதன்பின் நான் சிறிது நேரம் என் வீட்டுத் திண்ணையில் படுத்துறங்கி ஒரு நல்ல கனவு காணவேண்டும்."

இங்கிலீஸ் என்றொரு வேட்டையன்

எல்.ஆர்.கெச். சாப்மேன் எழுதிய ஆங்கில இலக்கணம் மற்றும் பயிற்சி புத்தகங்களை (*L.R.H Chapman English Grammar and Exercises*) கிட்டத்தட்ட முப்பது வருடங்களின் பின் எதேர்ச்சையாக இன்று நான் பார்த்தேன். 1995இல் யாழ்ப்பாண இடப்பெயர்வு நடந்து கிட்டத்தட்ட ஒரு வருடத்தின் பின்னர் வன்னியில் ஒரு இயற்கை அழகு பொங்கும் அந்தச் சிறிய கிராமத்தில் நான் அவரை முதன் முதலில் சந்தித்தேன்.

அவரின் அப்போதைய தொழில் காடுகளில் உடும்பு வேட்டையாடுவது. ஆனால், அவரிடம்தான் நான் ஆங்கில இலக்கணம் படித்தேன் என்றால் நம்பவா போறீர்கள்? ஆனாலும், அதை நீங்கள் நம்பித்தான் ஆகவேண்டும், ஆம் இன்றுவரை எனக்குப் பிடித்த எனது ஆங்கில இலக்கண ஆசான் அவர்தான்.

ஊரில் எல்லோரும் அவரை இங்கிலீஸ் என்றுதான் அழைப்பார்கள், அவருக்கு அது ஒருவகையான காரணப் பெயர். அந்தக் கிராமம் மட்டுமன்றி அயல் கிராமங்கள் தாண்டியும் இங்கிலீசின் பெயர் நிலைத்திருக்கக் காரணம் அவரின் வேட்டை நாயும் அவர் பேசும் ஆங்கிலமும்தான். 'பிளாக்' என்ற அந்த மாவெள்ளை நாய் இல்லாமல் இங்கிலீஸ் வெளியில் போனதாக நான் அறியேன்.

அந்த ஊரைப் பொறுத்தவரையில் இங்கிலீஸ் யாரும் இல்லாத ஒரு தனிக் கட்டை. இங்கிலீஸுக்கு அவ்வளவு பெரிய வயதொன்றும் இல்லை, முப்பத்தைந்து அல்லது நாற்பது வயதுக்குள்தான் இருப்பார்.

கடுமையான யுத்தம் நடந்த காலம் என்பதால் வன்னி, வெளித் தொடர்புகள் இன்றி இருந்த காலம் அது. அந்தக் கிராமத்தைப்

பொறுத்தவரையில் கிராமத்துக்கு வரும் செஞ்சிலுவைச் சங்க அதிகாரிகள் முதல் எந்த அதிகாரிக்கும் பிரதான மொழி பெயர்ப்பாளர் இங்கிலீஸ்தான்.

இங்கிலீஸ் பேசும் ஆங்கிலத்தில் ஒரு நளினம் இருக்கும், அவர் ஆங்கிலம் பேசும்போது அவரின் நெஞ்சில் வெளிக் கிளம்பும் காற்று, உதடுகளுக்கு இடையில் புகுந்து ஒருவகையான தனித்துவம் வாய்ந்ததாக வெளிப்படும்.

அவரின் ஆங்கில உச்சரிப்பு மற்றும் தனித்துவமான பிரிட்டிஷ் ஸ்லாங் செஞ்சிலுவைச் சங்க அதிகாரிகளுக்குப் பிடித்துப்போக, அவர்கள் தங்களிடம் அவரை நிரந்தர மொழி பெயர்ப்பாளராக வேலை செய்ய வரும்படி பலமுறை கேட்டிருந்தார்கள். ஆனால், "நான் யாருக்கும் கைகட்டிச் சேவகம் செய்பவனல்ல" என்று அவர் தொடுகிலும் மறுத்து விட்டார்.

இங்கிலீஸினது வாழ்க்கை ஒரு புதிரானது, இங்கிலீஸ் யார்? அவரின் சொந்த ஊர் எது? அவரின் பெற்றோர் யார்? அவர்கள் எங்காவது இருக்கிறார்களா? அந்தக் கிராமத்துக்கு அவர் எப்படி வந்தார்? ஏன் வந்தார்? இவருக்குத் திருமணமாகி விட்டதா? பிள்ளைகள் உள்ளனரா, இல்லையா? அவர் என்ன படித்தார்? இவ்வளவு ஆங்கில அறிவுடைய இவர் ஏன் உடும்பு வேட்டையைத் தொழிலாகத் தெரிவு செய்தார்? யாருக்கும் தெரியாத புதிர்களாகத் தொடரும் வினாக்கள் இவை.

இங்கிலீஸின் பூர்வீகம் பற்றியோ அவர் யார் எங்கிருந்து, எப்படி அந்த ஊருக்கு வந்தார் என்பது பற்றியோ அவரின் உண்மையான சொந்தப் பெயர் பற்றியோ அறிந்தவர் யாரும் அந்த ஊரிலோ அயல் ஊர்களிலோ இல்லை.

கோயிலில் திருவிழா என்றால் முதல் ஆளாக அங்கே இங்கிலீஸைக் காணலாம், தேவாலயத்தில் விழா என்றாலும் அங்கே இங்கிலீஸைப் பார்க்கலாம். அவரின் பெயரில் ஒரு வகையான ஆங்கிலத் தன்மை தெரிந்தாலும் இங்கிலீஸ் எந்த மதம் என்று இதுவரை யாரிடமும் சொன்னதில்லை. ஆனாலும், அதிகாலை நான்கு மணிக்கு முன்னதாக எழும்பிவிடும் இங்கிலீஸ் குளித்துவிட்டு அருகில் உள்ள அம்மன் கோயிலை வழிபட்ட பின் பிளாக்குடன் வேட்டைக்குப் போய்விடுவார்.

இங்கிலீஸ் வேட்டைக்குப் போய் வெறும் கையுடன் திரும்பிய நாட்கள் வலு குறைவு, ஆகக் குறைந்தது ஒரு உடும்பாவது பிடித்து விடும் திறமைசாலி. இத்தனைக்கும் அவரிடம் இடியன் துவக்கோ இயந்திரத் துப்பாக்கியோ இருந்ததில்லை, தன் கையும் ஒரு கைக் கத்தியும் பிளாக்கும் தனக்குதவி என்று வாழ்ந்தவர்.

அவரைப் பொறுத்தவரையில் ஒரு நாளுக்கு மூன்று அல்லது நான்கு உடும்புகள் பிடித்து விட்டால் அடுத்த ஒரு வாரத்துக்கு வேட்டைக்குப் போக மாட்டார், அளவோடு வேட்டையாடி ஆசையின்றி வாழ வேண்டும் என்ற கொள்கை உடையவர். அத்துடன் தனக்கு ஒய்வு தேவையோ இல்லையோ தன் நாய்க்கு ஒய்வு வேணும் என்று அடிக்கடி சொல்வார், தான் சாப்பிடுவதற்கு முன் பிளாக்கிற்கு சாப்பாடு வைத்து, அது சாப்பிட்ட பின்னர்தான், தினமும் தான் உண்ணுவார்.

அவர் அந்த ஊரில் உள்ள ஒரு இளம் பெண்ணுடன் தொடர்பில் உள்ளதாகவும், அந்த இளம் பெண்ணையே அவர் காதலிப்பதாகவும் இங்கிலீஸைப் பற்றி அப்பப்போ சில வதந்திகள் உலாவித் திரிந்தன. ஆனால், அது பற்றி இங்கிலீஸோ அந்தப் பெண்ணோ இதுவரையில் வாய் திறந்து பேசியதில்லை.

நாளடைவில் அந்த வதந்தி உண்மையாகி, ஊரில் உள்ள பெரியவர்களின் முயற்சியினால் இங்கிலீஸுக்கும் அந்தப் பெண்ணுக்கும் சில மாதங்களில் மிக எளிமையாகத் திருமணம் நடந்தது.

இதற்கிடையில், ஊர் பேர் தெரியாத ஒருவனை எப்படி திருமணம் செய்யலாம் என்று ஊரில் சிலர் கொடி பிடித்தனர், ஆனால் அப்பெண்ணோ தான் அவரைத்தான் திருமணம் செய்வேன் என்று விடாப் பிடியாக நின்று அதைச் சாதித்துக் காட்டியது.

இங்கிலீஸுக்கு ஒரு வீடு இருந்தது, அதை வீடு என்று சொல்லலாமா என்று தெரியவில்லை, ஆனால் அதுவே அவரது வசிப்பிடம், குடிசைக்குள்ளும் சேராமல் வீட்டுக்குள்ளும் சேராமல் ரெண்டும் கெட்டான் வீடது. பாதுகாப்புக்கு கதவுகள் இல்லை, இருக்க ஒரு திண்ணை இல்லை, ஒரே ஒரு சாக்கு கட்டில் மட்டுமே அந்த வீட்டின் சொத்து.

கலியாணம் செய்வதற்கு இரண்டு வாரங்களுக்கு முன்னர், களிமண்ணால் மூன்று அடிக்கு ஒரு சுவர் வைத்து அதன் மேல் பனை மட்டை வரிந்து, தென்னங் கிடுகு கொண்டு வீட்டைச் சுற்றி மறைத்துக் கட்டியிருந்தார்.

கிடுகினால் வேயப்பட்ட கூரையின் மேல் வைக்கோல் போட்டு அழகாக வேய்ந்து தன் வீட்டை சீரமைத்து புதுப் பொலிவாக்கினார். அத்துடன் பொழுது போக்குக்காக அல்லது களைப்பில் சிறிது ஓய்வெடுக்கவென வீட்டின் முன் வாசலில் மண்ணால் அழகிய திண்ணை ஒன்றை அமைத்திருந்தார்.

இங்கிலீஸ் தன்னைப் பற்றித் தனக்குத் தெரிந்த எல்லா உண்மைகளையும் தன் மனைவியிடம் சொல்லியிருந்தாலும் ஊரார் அவரை இன்னும் யாருமற்ற ஒருவராகவே பார்த்தார்கள். ஆனாலும், இங்கிலீஸ் யாழ்ப்பாணத்தைச் சேர்ந்தவர் என்றும், புனித பரியோவான் கல்லூரியில் படித்தவர் என்றும், யாழ்ப்பாண இடம்பெயர்வின் போது வன்னிக்கு ஓடி வந்து விட்டதாகவும், அவரின் பெற்றோரை பிரிந்த அதிர்ச்சியில் அவர் பழைய நினைவுகளை மறந்து விட்டார் என்றும், இன்னும் சிலர் ஊரில் பேசிக் கொண்டார்கள்.

விடுதலைப் புலிகள் இயக்கத்துடன் நல்ல தொடர்பில் இருந்த இங்கிலீஸ், அவர்களுக்கு ஆங்கில வகுப்பு எடுப்பதற்காகவும் மொழி பெயர்ப்புக்காகவும் அவர்களின் வாகனங்களில் அப்பப்போ அழைத்துச் செல்லப்படுவதுண்டு. அதனால், இவரை புலிகளின் உளவு அமைப்பைச் சேர்ந்தவர் என்றும் சிலர் ஊருக்குள் வதந்திகளைப் பரப்பினர்.

மீண்டும் ஒருசில நாட்களில் அவர் திரும்பி ஊருக்கு வரும்போது அந்த மாதத்தில் வந்த எல்லாத் தமிழ் மற்றும் ஆங்கில பத்திரிகைகள், சஞ்சிகைகளைத் தன்னுடன் கொண்டு வந்து விடுவார். தான் கொண்டுவந்த பத்திரிகைகள் சஞ்சிகைகளில் ஒரு சொல்கூட விடாமல் எல்லாம் வாசித்த பிறகுதான் அடுத்த கட்ட வேட்டைக்குக் கிளம்புவார்.

இவர் வாசிப்புக்கு அதிக முக்கியத்துவம் கொடுப்பதனால் நிறைந்த உலக அறிவுடன் யாருடனும் எதைப் பற்றியும் எந்த நேரத்திலும் விவாதிக்கும் திறமையுடன் இருந்தார். அதனால், ஊரில்

பலர் இவரை ஒரு நடமாடும் செய்திச் சேவை என்று அழைக்கத் தொடங்கினர்.

சில வேளைகளில் ஊரில் உள்ள சிலருடன் அரட்டையடிக்கும் போது, தனக்குப் பிடித்த விடயங்கள் கதைக்கிடையில் வந்து விட்டால் கதை கண்ட இடம் கைலாயம் என்று அங்கேயே நீண்ட நேரமாக இருந்து விடுவார். ஆனாலும், அவருடன் கூட வேட்டைக்குச் செல்லும் ஒரு சிலரைத் தவிர அந்த ஊரில் அவருக்கென்று குறிப்பிட்டுச் சொல்லும்படி எந்தவொரு நெருங்கிய நண்பரும் இருந்ததில்லை.

இங்கிலீஸ் அரிதிலும் அரிதாகச் சில நாட்களில் மனையுடன் முன் விறாந்தையில் இருந்து ஏதாவது பேசுவதுண்டு. இங்கிலீஸுக்கு ஊரில் சிலருடன் பேச்சுவாக்கில் சில விடயங்களுக்கு முரண்பாடு வந்ததுண்டு. ஆனாலும் இதுவரையில் அவர் தன் மனைவியிடம் எதற்கும் முரண்பட்டதில்லை. அவள் என்ன சொன்னாலும் அவர் காது கொடுத்துக் கேட்பதுடன் சரி, மறு வார்த்தை பேசி அறியார்.

இங்கிலீஸ் ஜீன்ஸ், பாண்ட் போட்டு ஊரில் யாரும் பார்த்ததே யில்லை, எப்போதும் மடிப்புக் குலையாத சாரம் கட்டி பாதம் வரை நீள விட்டிருப்பார். யுத்தம் நடந்த காலத்தில் பிரதான போக்கு வரத்துச் சாதனமாக சைக்கிள் இருந்தது, உண்மையைச் சொன்னால் இங்கிலீஸுக்குச் சைக்கிள் ஓடத் தெரியாது. எந்தத் தூரமானாலும் நடையாகச் சென்றுவிடும் வல்லமை படைத்தவர், பாதங்களில் உள்ள செருப்புகள் சடகுக்குச் சடக்கென்று அடிக்கக் கைகளை விசுக்கியபடி அவர் நடக்கும் விதமே ஒரு தனிரகமாக இருக்கும்.

இங்கிலீஸ் ஆங்கிலம் படிப்பிக்க வந்து விட்டால் ஒரு பயிற்றப்பட்ட ஆங்கில ஆசான் போல ஆங்கில இலக்கணத்தில் உள்ள நுணுக்கங்களை அக்குவேறு ஆணி வேறாகப் புட்டுப் புட்டு வைப்பார். எந்த மாணவர் கேள்வி கேட்டாலும் சீறிச் சினக்காமல் மிகவும் பொறுமையாக அவர் படிப்புச் சொல்லிக் கொடுக்கும் அழகே தனி. மற்றைய ஆசிரியர்களுக்கு மாறாக அவரின் கைகளில் பிரம்பைப் பார்க்கவே முடியாது, யாரையும் அன்பால் கட்டிப் போட்டு விடலாம் என்ற ஆழமான நம்பிக்கை கொண்டவர்.

இங்கிலீஸ், வாரத்தில் இருநாட்கள் மாணவர்களுக்காகவும் ஐந்து நாட்கள் தனக்காகவும் ஒதுக்கி வைத்திருப்பதாக அடிக்கடி

சொல்வார். இப்படியே அவரின் நாளாந்த அட்டவணை நகர்ந்து கொண்டு இருக்கும் போதுதான் அவரின் வாழ்வைப் புரட்டிப் போட்ட அந்தச் சுவாரசியமான நிகழ்வு நடந்தது.

அன்றும் வழமை போலவே அதிகாலையில் எழுந்து குளித்து அம்மன் கோயிலுக்குப் போய் நெற்றி நிறையத் திருநீற்றை அள்ளிப் பூசிக்கொண்டு வீட்டுக்கு வந்தவர் மனைவியின் கையால் சுடச்சுட ஒரு தேநீர் பருகியபின்,

“பிளாக் லெட்ஸ் கோ”என்றபடி நாயைப் பார்த்தார்.

அந்த ஊரில் ஆங்கிலம் தெரிந்த ஒரே ஒரு நாய் பிளாக்தான், தன் முதலாளி வேட்டைக்குத் தயாராகி விட்டார் என்பதை உணர்ந்த மகிழ்ச்சியில் அது தன் வாலை ஆட்டியபடி துள்ளிக் குதித்தது.

இங்கிலீஸ் மனைவியிடம் இருந்து விடைபெற்றுப் பிளாக்குடன் வெளியில் வர, சூட்டியும் சுந்தரமும் அவருடன் வந்து இணைந்து கொண்டனர்.

பெரும்பாலான நாட்களில் இங்கிலீஸ் தனியாக வேட்டைக்குச் செல்வதை விரும்பினாலும் சில நாட்களில் சூட்டியுடனும் இன்னும் சில நாட்களில் சுந்தரத்துடனும் வேட்டைக்குச் சென்று வந்தார். அரிதான சில நாட்களில் மூவரும் சேர்ந்து வேட்டைக்குச் செல்வதும் உண்டு, அப்படி ஒரு அரிதான நாள்தான் இது.

சூட்டி இங்கிலீஸை விட மிகவும் இளையவன், கிட்டத்தட்ட இருபது வயதை நெருங்கிக் கொண்டிருந்தான், சுந்தரம் கிட்டத்தட்ட இங்கிலீஸின் வயதை உடையவர், இவர் சூட்டியின் சித்தப்பாக்காரன்.

சூட்டியும் சுந்தரமும் நல்ல வேட்டைக்காரர்கள்தான் ஆனாலும் அவர்களிடம் நல்ல வேட்டை நாய் இல்லை, அதனால் ப்ளாக்குடன் கூடவே வேட்டைக்குப் போவதை விரும்பினார்கள், ஆனால் இங்கிலீஸை விட்டு யாருடனும் பிளாக் வேட்டைக்குப் போகாது என்பதால் அவர்களும் வேறு வழியில்லாமல் இங்கிலீசுடன் ஒட்டிக் கொண்டனர்.

கிட்டத்தட்ட அரைநாள் அலைந்தும் அன்று அவர்களுக்குப் பெரிதாக வேட்டை கிடைக்கவில்லை, வழமைக்கு மாறாக ஒரு முயல் பிடித்திருந்தார்கள் ஆனால் ஒரு உடும்பு கூடப் பிடிக்கவில்லை.

"என்ன பிளாக் இண்டைக்கு உன்ரை கண்ணில ஒண்டும் படமாட்டேனெண்டுது"

இங்கிலீஸ் சொல்லிக் கொண்டிருக்கும்போதே பிளாக் ஒரு பற்றையைப் பார்த்துக் குரைக்கத் தொடங்கியது.

"என்ன பிளாக்...?" என்றபடி சூட்டி அடிமேல் அடி வைத்துக் கிட்டப் போனான். பிளாக் பற்றையைச் சுற்றி ஓடியோடிக் குரைத்தது.

"சூட்டி இஞ்சால வா நான் பாக்கிறேன்" என்றபடி சுந்தரம் எட்டிப் பார்த்தார், அவருக்கும் ஒன்றும் புலப்படவில்லை.

பிளாக் இப்போது பற்றைக்குள் தன் மூஞ்சையை நீட்டி கால்களால் மண்ணைக் கிண்டியபடி குரைக்க "இது உடும்புதான்... இஞ்சால வா நான் பாக்கிறேன்" என்றபடி இங்கிலீஸ் தன் கைக் கத்தியை எடுத்துத் தன் வலது கையால் இறுக்கப் பிடித்து சூரைப் பற்றையை கொழுவி இழுத்து உள்ளே எட்டிப் பார்த்தார்.

சூட்டி அவருக்குப் பின்னால் நின்று சூரைப் பற்றையின் மற்றொரு கொப்பைத் தன் கையால் இழுத்தபடி இருந்தான். சுந்தரம் பற்றைக்கு மற்றப் பக்கம் உடும்பு வந்தால் அடிப்பதற்குத் தாயாராக நின்றார்.

பிளாக் இப்போது முழுவதுமாகப் பற்றைக்குள் சென்று உடும்பின் வாலைக் கடித்து இழுக்கத் தொடங்கியது. புற்றுக்குள் தன் உடலை முழுவதுமாக மறைத்து வைத்திருந்த உடும்பு தன் பிடியை சற்றும் தளர விடாமல் கெட்டியாக உடும்புப்பிடி பிடித்தபடி வெளியில் வராது அடம்பிடித்தது. பிளாக்கும் தன் பிடியை விடாமல் கடித்து மேலும் வலுவாக இழுக்கத் தொடங்கியது. உடும்பின் வாலில் இருந்து இரத்தம் வழிந்தோடியது.

"பிளாக் டோன்ட் கிவ் அப்... டோன்ட் கிவ் அப்..." என்றபடி பிளாக்கிற்கு உற்சாகமூட்டிக் கொண்டிருந்த இங்கிலீஸ் சூரைப் பற்றையைக் கத்தியால் வெட்டி ஏறிந்தபடி நடுப் பற்றைக்குள் பாய்ந்தார்.

"ஓ மை காட்.. என்ன பெரிய உடும்பு... ஒரு மூண்டு கிலோ எண்டாலும் தேறும்..." என்றபடி "சீ... இண்டைக்கெண்டு

மண்வெட்டியை கொண்டு வரேல்லை... எங்கே உந்த கோடாரியைத் தா" என்று சுந்தரத்திடம் கையை நீட்டினார்.

சுந்தரம் கோடாரியைத் தூக்கி உள்ளே போட அதை லாவகமாகப் பிடித்தவர் மெதுவாகக் கோடாரியால் மண்ணைக் கொத்திப் புரட்டி எடுக்கப் பிளாக் இன்னும் வேகமாகத் தன் பிடியை இறுக்கி உடும்பை வெளியே இழுக்கத் தொடங்கியது.

ஒரு கட்டத்தில் இதற்கு மேலும் தாக்குப் பிடிக்கமாட்டாத உடும்பு தன் பிடியைத் தளர்த்த பிளாக் உடும்புடன் "சார்ர்ர்ர்..." என்று போய்ச் சூரைப் பற்றையில் விழுந்தது. "பிடியடா... பிளாக் விட்டுடாதே..." என்றபடி இங்கிலீஸ் ஒரே பாய்ச்சலாக உடும்பின் கழுத்தை இறுக்கிப் பிடித்தார்.

"விடு பிளாக்... விடு..." என்றபடி இங்கிலீஸ் உடும்பைப் பிடித்து தூக்க பிளாக் இப்போதும் அதன் வாலைக் கவ்வியபடி இருந்தது. இதற்கிடையில் பற்றையை முறித்துக் கொண்டு சூட்டியும் உள்ளே வந்து சேர்ந்தான். "லீவ் பிளாக்... ஐ வில் டேக் கேர்..." என்று சற்று உரத்த குரலில் இங்கிலீஸ் சொன்னதும் தன் முதலாளியின் சொல்லுக்குக் கட்டுப்பட்டு அரை மணி நேரமாகப் பிடித்து வைத்திருந்த தன் பிடியைத் தளர்த்தி விலகி நின்று வேடிக்கை பார்த்தது பிளாக்.

சூட்டியிடம் கத்தியை எடுத்துக் கொள்ளும்படி சொல்லி விட்டு உடும்பின் வாலைச் சுருட்டி அதன் தலையைச் சுற்றி அதன் முன்னங் காலுக்குள் கொழுவி அவிழ்க்க முடியாத ஒரு முடிச்சுப் போட்டபின் வெளியில் நின்ற சுந்தரத்திடம் அதை நீட்டினார் இங்கிலீஸ். அதை வாங்கிய சுந்தரம் மகிழ்ச்சியுடன் இடக்கையில் முயலும் வலக்கையில் உடம்பும் என இரண்டையும் மாறி மாறித் தூக்கிப் பார்த்தார்.

சூட்டியும் இங்கிலீஸும் பற்றையை விலக்கி ஒருவாறாக வெளியில் வந்தார்கள். இங்கிலீஸ் மகிழ்ச்சி பொங்க "சிங்கன்டா..." என்றபடி பிளாக்கைக் கட்டிப் பிடித்துத் தடவிக் கொடுத்தார்.

நேரம் மாலை இரண்டு மூன்றைத் துரத்திக் கொண்டிருந்தது. "மச்சி என்ன பிளான்? திரும்பலாமோ?" என்று இங்கிலீஸ்சைப் பார்த்துக் கேட்டார் சுந்தரம்.

“இன்னும் ஒண்டு அம்பிட்டால் போதும் மச்சி... ஆளுக்கு ஒண்டுடன் போகலாம்” என்றபடி சுற்றும் முற்றும் பார்த்தார் இங்கிலீஸ்.

அங்கிருந்து ஒரு பத்து நிமிடம் நடந்திருப்பார்கள் பிளாக் எதையோ மோப்பம் பிடித்தபடி ஓடியது. “விடாத பிளாக்... யூ கான் டூ இட்...” என்றபடி இங்கிலீஸ் நாயின் பின்னே ஓடினார். ஒரு கட்டத்தில் நாய் ஓடுவதை நிறுத்தி விட்டு ஒரு மரத்தை அண்ணாந்து மேலே பார்த்தபடி குரைத்தது.

“அந்தா பார்... மச்சான் எப்பிடி ஒய்யாரமா படுத்திருக்கிறார் என்று...” மரத்தின் ஒரு கிளையைக் காட்டியபடி சுந்தரம் கத்தினார்.

“நான் மரத்தில ஏறுறேன்...” என்றபடி சர சரவென்று பதிலுக்குக் காத்திருக்காமல் சூட்டி மரத்தில் தாவினான்.

“பிளாக் கேர் புல்... சுந்தரம் கவனம்...” கத்திக்கொண்டு உடும்பு தன் பார்வையில் இருந்து விலாகாதபடி பார்த்துக் கொண்டு, மரத்தைச் சுற்றிச் சுற்றி வந்தார் இங்கிலீஸ்.

“நான் கிட்டப் போகப்போறேன்... கவனம் உடும்பு குதிக்கும்...” என்றபடி சூட்டி கிட்ட நெருங்கினான். கண்களைப் புரட்டி உருட்டி அவன் கிட்ட வருவதை அவதானித்தபடி இருந்த உடும்பு ஒரே தாவலாக அங்கிருந்து பாய்ந்து நிலத்தில் குதித்தது.

“பாயுது... கவனம்...” சூட்டி கத்தினான்.

“பிளாக்... கட்ச்...”

கத்திக்கொண்டே நாய் பாய்வதற்குள் இங்கிலீஸ் உடும்பை நோக்கிப் பாய்ந்தார். மறுகணம் அவரின் ஒரு கை உடும்பின் கழுத்தை இறுக்கிப் பிடிக்க மறுகை அதன் வாலை இறுக்கப் பற்றியிருந்தது. மிகவும் அபாரமான பிடி அது, இப்படி ஒரு வேட்டையை அவரால் கனவிலும் நினைத்துக்கூடப் பார்க்க முடியவில்லை.

மகிழ்ச்சியில் துள்ளிக் குதித்தபடி உடும்பின் வாலைச் சுருட்டி அதன் தலை மற்றும் முன்னங் கால்களுக்குள் கொழுவி முடிச்சுப் போட்டார். அதன்பின் இரண்டு உடும்புகளையும் ஒன்றாக சுருக்குப் போட்டுக் கட்டிய பின், “பொழுதுபடப் போகுது... இனி நடப்போமடா தம்பி...” என்றபடி சூட்டியிடம் கொடுத்தார்.

"ஓம்..." என்றபடி சுந்தரமும் தலையை மேலும் கீழுமாக ஆட்டினார்.

சுந்தரம் கோடாரியுடன் முன்னே நடக்க கூட்டி ஒரு தடியில் இரண்டு உடும்புகளையும் கொழுவித் தோளில் போட்டபடி நடுவில் நடக்க அவர்களைப் பின் தொடர்ந்து இங்கிலீஸ் நடந்தார். பிளாக் இங்கிலீஸ்சுக்குப் பின்னால் வந்துகொண்டிருந்தது. சூரியன் மெல்ல மெல்ல மறையத் தொடங்கியது.

"சரியா நேரம் போட்டுது..." சொல்லிக்கொண்டு தன் நடையில் வேகத்தைக் கூட்டினார் சுந்தரம்.

"இதைவிட, நல்லா இருட்டினாப் பிறகுகூட நான் திரும்பியிருக்கிறேன்... இப்பதானே சூரியன் விழுறான்... இன்னும் ஒரு அரை மணித்தியாலத்தில வீட்டை போடலாம்..." என்று இங்கிலீஸ் சொல்லிக்கொண்டிருக்கும்போது, "வள்... வள்..." என்று குரைத்தபடி பிளாக் அவர்களுக்கு முன்னால் ஓடியது.

"என்ன பிளாக்..."

"............"

அது மேலும் பலமாகக் குரைத்தபடி மூவரையும் சுற்றிச் சுற்றி ஓடியது.

"ஏன்... ஏன் பிளாக் ஒருமாதிரி குலைக்கிறான்?" இங்கிலீஸ் சுந்தரத்தைப் பார்த்தார்.

"அதுதானே, ஒண்டும் விளங்கேல்லை..." சுந்தரம் விழித்தான்.

"யானையாய் இருக்குமோ?" என்றான் கூட்டி.

மூவரும் அப்படியே நின்று காதைக் கூர்மையாக்கிக் கேட்டனர்.

"இல்லை... இது யானையில்லை...பிளாக் குலைக்கிறத பாத்தால் யானை போல தெரியல..."

ஏதோ விபரீதம் நடக்கப் போகிறது என்பதை உணர்ந்த இங்கிலீஸ் அப்படியே முயலைக் கீழே போட்டு விட்டு நிலத்தில் குந்தி விட்டார். பிளாக் இன்னும் நிற்காமல் அங்கும் இங்குமாக ஓடியோடிக் குரைத்தபடி இருந்தது.

"பிளாக் கம் ஹீர்..." இங்கிலீஸ் பிளாக்கை கூப்பிட்டதும், பிளாக் குரைத்தபடி அவரின் காலடியில் வந்து நின்றது. "...உஷ்... பிளாக்... பீ க்வைட்..." என்று அதன் முதுகில் தடவினார். ஆனால், அது மீண்டும் அவரிடமிருந்து பறித்துக் கொண்டு குரைத்தபடி மிரண்டது.

திடீரெனப் புதர்களுக்குள் இருந்து வந்த இராணுவத்தினர் அவர்களைச் சூழ்ந்து கொண்டனர். அது வன்னியின் ஒரு எல்லைக் கிராமமாக இருந்ததனால் அடிக்கடி இராணுவத்தின் ஆழ ஊடுவுவும் படையினர் பகலில் காடுகளுக்குள்ளும் இரவில் ஊருக்குள்ளும் ஊடுருவுவதுண்டு.

"புலி... கொட்டி... காட்டுக்குள்ள என்ன செய்யுறது?"

ஆமிக்காரங்கள் துப்பாக்கிகளை நீட்டியபடி அவர்களை நெருங்கினர். உடும்புகளையும் முயலையும் கீழே போட்டுவிட்டு அப்படியே முழந்தாளிட்டு கைகளை உயர்த்தியபடி மூவரும் கீழே இருந்தனர். நாய் இப்போதும் விடாது ஓடியோடிக் குரைத்தபடி இருந்தது.

"ஐயா... நாங்கள் வேட்டைக்கு வந்தனாங்கள்... எங்களை ஒண்டும் செய்யாதையுங்கோ..." சுந்தரம் கெஞ்சினார்.

"ம்... ஒயாட சிங்கள தன்னவாத...?" சுந்தரத்தைப் பார்த்து ஒரு ஆமி உனக்குச் சிங்களம் தெரியுமா என்று கேட்டான்.

"................"

அவன் என்ன கேட்கிறான் என்று தெரியாது சுந்தரம் எதுவும் பேசாது விளிக்க...

"கொட்டி ரெக்கிக்கு வந்தது...?"

உறுமியபடி இன்னொருவன் சூட்டியை மிரட்டினான், சூட்டி அழுதபடி கையெடுத்துக் கும்பிட்டான்.

"மாத்தயா மம போட்டாக் கதாகறன்ன" என்றபடி சூட்டியை மிரட்டிய அந்த ஆமிகாரனை உற்றுப் பார்த்தார் இங்கிலீஸ்.

"ம்... கொந்தாய்..."

இங்கிலீஸிடம் திரும்பிய அவன் "சொல்லு காட்டுக்கு எதுக்கு

வந்தீர்கள்?" என்று சிங்களத்தில் கேட்டான்.

"ஐயா நாங்கள் கஸ்ரப்பட்டவர்கள்... வேட்டையாடினால்தான் நாங்கள் வாழ முடியும்... இதுதான் எங்கட தொழில்" என்று பொருள் படும்படி இங்கிலீஸ் தனக்குத் தெரிந்த சிங்களத்தில் அவர்களுக்கு விளங்கப்படுத்தினார்.

ஒருவர் மாறி ஒருவராக ஆமி அவர்களை விசாரிக்கத் தொடங்கினர். இன்னொருவன் "கொட்டிக்கு ரெக்கி எடுக்க வந்திட்டு கதை விடுறது" என்றபடி துவக்கின் பிடியை ஓங்கிச் சூட்டியின் முதுகில் குத்தினான், சூட்டி வலியால் துடித்து "ஐயோ..." என்று கத்தினான்.

பிளாக் இப்போதும் விடாமல் குரைத்துக்கொண்டிருக்க ஆமியில் ஒருவன் அதை விரட்டினான், இன்னொரு ஆமி நாயைச் சுடுவதற்குத் துப்பாக்கியை உயர்த்த வேறொருவன் வேண்டாம் என்று தடுத்தான். இப்போது, இவர்கள் துப்பாக்கியால் சுட்டுத் தங்களை வெளிப்படுத்த மாட்டார்கள் என்பது இங்கிலீஸுக்குப் புரிந்து விட்டது.

"சேர் கேன் யூ ரிலீஸ் அஸ்? வி ஆர் இன்னோசன்ட் பீப்பிள்... யஸ்ட் ஹீர் ஃபோர் கண்டிங்..."

நாயைச் சுடவேண்டாம் என்று தடுத்த ஆமியைப் பார்த்து இங்கிலீஸ் ஆங்கிலத்தில் சொன்னதும் இங்கிலீசை வியப்புடன் பார்த்த அவன், "ம்... வெல்... கொட்டி நல்லாத்தான் மூணு லாங்குஜ்ல கதைக்க பயிற்சி தந்திருக்கு" என்றான்.

"ஐயா... நாங்கள் அப்பாவிகள்... சாப்பாட்டுக்கு வழியில்லாமத்தான் வேட்டைக்கு வந்தனாங்கள் எங்களை விட்டிடுங்கோ" இங்கிலீஸ் கெஞ்சினார்.

"ம்... உடும்பு பிடிக்கிறது..." என்றபடி சுற்றிக் கட்டியிருந்த உடும்புகள் இரண்டையும் கழற்றி விட்டான் ஒரு ஆமி, இன்னும் உயிருடன் இருந்த உடும்புகள் இரண்டும் விடுதலையான மகிழ்ச்சியில் பற்றைக்குள் ஓடி மறைந்தன. இன்னொருவன், அவர்கள் மூவரையும் கயிற்றால் பின்புறமாகக் கைகளைக் கட்டி முன்னே நடக்க விட்டான்.

ஆமிக்காரர்கள் பின்தொடர வவுனியா நகர் நோக்கி இரவிரவாக

அழைத்துச் செல்லப்பட்ட அவர்கள் மறுநாள் வவுனியாவில் உள்ள குட்ஸ்செட் ஆமிக் காம்பில் தீவிர விசாரணைக்கு உட்படுத்தப்பட்டனர். சூட்டியையும் சுந்தரத்தையும் தனது நெருங்கிய உறவினர்கள் என்றும் தாங்கள் வறுமையின் காரணமாக வேட்டையைத் தொழிலாகக் கொண்டவர்கள் என்றும் அதிகாரிகளிடம் இங்கிலீஸ் ஆங்கிலத்தில் வெட்டி விளாசினார்.

வேட்டைக்குப் போனவர்கள் இரவாகியும் வீடு திரும்பவில்லை என்று ஊரே அல்லோல கல்லோலப்பட்டது. இங்கிலீசின் வீட்டில் ஊர் மக்கள் கூடி விட்டார்கள்.

"விடியட்டும் காட்டுக்குள்ள போய் பாப்போம்" என்றார் ஒருவர்.

"ஓம்... இப்ப கொஞ்சநாளா காட்டுக்குள்ள ஆமின்ர நடமாட்டம் இருக்குது போல, இரவில வேண்டாம் விடியட்டும்" என்று அதை ஆமோதித்தார் இன்னொருவர்.

பெண்கள் சிலரும் குழந்தைகளும் அழுது கொண்டிருந்தனர், இன்னும் சிலர் அவர்களுக்கு ஆறுதல் சொல்லிக் கொண்டிருந்தனர். போனவர்களின் வருகைக்காக நித்திரை இல்லாமல் இரவு முழுவதும் காத்துக் கிடந்தனர். கிட்டத்தட்ட சாமம் போல பிளாக் மட்டும் வந்து சேர்ந்தது. பிளாக்குடன் வேட்டைக்குப் போனவர்களும் வந்திருப்பார்கள் என்று எல்லோரும் வாசலைப் பார்த்து ஏமாந்தனர்.

"பிளாக்... பிளாக்..." என்று அதைத் தடவியபடி இங்கிலீசின் மனைவி அழ பிளாக்கும் பெரிதாக ஊளையிடத் தொடங்கியது.

மறுநாள் காலையில் அவர்களின் ஊர் இராணுவத்தால் சுற்றி வளைக்கப்பட்ட அந்தச் செய்தி காலையில் எல்லோருக்கும் அதிர்ச்சியைக் கொடுத்தது. ஆம், அன்று சண்டை இல்லாமல் அந்தக் கிராமம் உட்படப் பல கிராமங்கள் இராணுவத்தின் கட்டுப்பாட்டில் வந்தன.

எல்லைக் கிராமங்கள் என்பதனால் விடுதலைப் புலிகளின் கட்டுப்பாட்டில் இருந்த அந்தக் கிராமங்கள் சில வேளைகளில் எந்தச் சண்டையும் இல்லாமல் ஆமியின் கட்டுப்பாட்டிலும் பின்னர் இயக்கத்தின் கட்டுப்பாட்டிலும் வருவது உண்டு.

திடீரென ஆமியின் கட்டுப்பாட்டில் வந்த அந்தக் கிராமங்களின்

மக்களுக்கு மூன்று நாட்கள் கழித்து இராணுவம் கூட்டம் ஒன்றைக் கூட்டியது. அன்றைய தினம் சுந்தரமும் சூட்டியும் விடுதலை செய்யப்பட்டுச் செஞ்சிலுவைச் சங்க மூலம் குடும்பத்துடன் இணைந்தனர்.

வவுனியா நகருடன் மக்கள் நேரடித் தொடர்புகளை மேற்கொள்ள என்ன செய்ய வேண்டும், பாஸ் நடைமுறைகள் என்னென்ன என்பதை இராணுவ அதிகாரியும் செஞ்சிலுவைச் சங்க அதிகாரிகளும் ஆங்கிலத்தில் சொல்லிக்கொண்டிருக்க, கட்டம் போட்ட சாரத்துடன் அவர்களுக்கு அருகில் நின்று இங்கிலீஸ் தன் பாசத்துக்குரிய பிளாக்கைத் தடவிக் கொடுத்தபடி ஊர் மக்களுக்கு அதனைத் தமிழில் மொழி பெயர்த்துக்கொண்டிருந்தார்.

இது விடைபெறும் நேரம்

அவர் கடந்த இரண்டு வருட காலத்தில் இதுவரை குறைந்தது இருபது பேரையாவது புதிதாக நேர்காணல் செய்து தன் குழுவில் புதிதாகப் பணிக்கு அமர்த்தியிருப்பார். ஆனால் முதன் முறையாக இந்த வாரம் ஒருவருக்குப் பிரியாவிடை அளிக்கப் போவதை நினைக்கும்போது அவரின் மனம் படபடப்பாகத் தொடங்கியது.

நேற்றைய இரவுச் செய்தியில் சொன்னது போலவே இன்று அதிகாலையில் இருந்து பனிப்பொழிவு கொஞ்சம் அதிகமாகவே இருந்தது, இரவு முழுவதும் குறைந்தது ஒரு அடிக்கு மேலாவது பனி பொழிந்திருந்தது. கண்ணுக்கெட்டிய இடமெல்லாம் வெண்பனிப் போர்வை போர்த்திய நிலம் ஆழ்ந்த தூக்கத்தில் அமைதியாகக் கிடந்தது.

வழமைக்கு மாறாக அவரின் கார் பனியைக் கிழித்தபடி மிகவும் மெதுவாக ஊர்ந்துகொண்டிருந்தது. காரின் வெப்பமானியில் அப்போதைய மினசோட்டா வெப்பநிலை -35F எனக் காட்டியது.

அமெரிக்காவுக்கு வந்த இந்தப் பத்து வருட காலத்தில் இந்தப் பாதையால்தான் வழமையாக அவர் வேலைக்குப் போய் வருவது வழக்கம், தினசரி போய்வரும் பாதை என்பதால் கண்ணை மூடிக்கொண்டு காரை ஓட்டினாலும் வலம் - இடம், சந்திச் சிக்னல், மேடு - பள்ளம் எல்லாம் தாண்டிப் பதினேழு நிமிடங்களில் வேலையில் இருப்பார். இருந்தாலும் இன்றைய பனிப் பொழிவு இன்னும் கொஞ்சம் கூடிய எச்சரிக்கை தேவை என்பதை அவரின் மண்டைக்குள் அடிக்கடி உரக்கச் சொல்லிக் கொண்டிருந்தது.

அந்தப் பிரபலமான தொழிற்சாலையில் அவர் என்ஜினியரிங் மானேஜராகச் சேர்ந்து சில வருடங்கள்தான் ஆகியிருந்தன. உலகில் மிகவும் புகழ்பெற்ற கம்ப்யூட்டர் ஹார்ட்வேர் கம்பெனி அது.

வழமையாக அதிகாலை ஐந்து மணிக்கு வீட்டில் இருந்து அவர் வேலைக்குக் கிளம்பி விடுவது வழக்கம். இந்தப் புதிய பொறுப்புக்கு வந்த நாளில் இருந்து அவரின் வீட்டு அலாரம் கொஞ்சம் வேகமாகவே செயற்பட ஆரம்பித்திருந்தது.

என்னதான் பெரிய பொறுப்புக்களில் இருந்தாலும் பலவேளை களில் எமக்குக் கீழே வேலை செய்யும் அல்லது எம்முடன் கூட வேலை செய்பவர்களிடம் இருந்து நாம் தினசரி நிறைய விடயங்களைக் கற்றுக்கொண்டேதான் இருப்போம். இதுவே ஒருவனது பணித்திறன் மேன்மைக்கு வழிவகுப்பதாக அமைகின்றது.

அந்தவகையில் அவனது குழுவில் முதன்மைப் பொறியியலாளராக இருந்துவரும் கரோலினின் பூர்வீகம் ஜப்பான். அவளின் வயதுக்கும் தோற்றத்துக்கும் தொடர்பே இல்லை. மிகவும் உயர்ந்த, அழகிய தோற்றத்தில் என்றும் சிரித்த முகம் அவளது.

இந்த இடத்தில் அவளின் குடும்பம் பற்றிச் சொல்லியாக வேண்டும். அவளின் கணவன் ஆடம்ஸ், அவன் இவளுக்கு இரண்டாவது கணவன், இவள் அவனுக்கு மூன்றாவது மனைவி. ஆடம்ஸ் போலவே அவளின் முன்னைய கணவனும் அமெரிக்கன் தான். ஆடம்ஸ்ஸை அவள் திருமணம் செய்து கிட்டத்தட்டப் பதினைந்து வருடங்களிருக்கும்.

அந்தக் கம்பெனியில் இருபத்தைந்து வருடங்களுக்கு மேல் வேலை செய்யும் அனுபவசாலி அவள். அறுபத்தைந்து வயதிலும் துடிப்பாக வேலை செய்யக் கூடிய ஒரு அதி கூர்மையான புத்திசாலி என்ஜினீயர். அவளுக்கு நிகரான ஒருவரை உருவாக்கக் குறைந்தது பத்து வருடங்களாவது தேவை. அப்படி ஒரு இன்ஜினீயரை இழக்க யாருக்குத்தான் மனம் வரும். ஆனாலும், ஏற்கனவே தயார் செய்யப்பட்ட அவளின் ரிட்டயர்மெண்ட் பைல் அவனின் லேப்டாப் பையில் அடைந்து கிடக்கின்றது.

"போனதும் முதல் வேலையாக இன்று அவளுடைய ரிட்டயர்மெண்ட் பைலில் சைன் பண்ண வேணும்... இந்தக் கொரோனா காலத்தில் சரியாகப் பிரியாவிடை கொடுக்கக் கூட முடியவில்லையே" என்ற வருத்தம் இன்னொரு பக்கம் அவனை வாட்டிக் கொண்டிருந்தது.

சந்திச் சமிக்கை விளக்கின் சிவப்பில் நின்றபோது "இன்னும் பதினைந்து வினாடிகளில் பச்சை விழும்" என்பது புரிந்தது. பச்சை விளக்கு விழுந்ததும் காரின் வேகத்தை மெதுவாகக் கூட்டினான். ஒரு அடிக்குமேல் குவிந்திருந்த பனியில் சிக்கிச் சில்லுகள் "ஸ்... ச்..." எனச் சத்தமிட்டபடி முக்கி மீண்டும் வலுப் பெற்றன. ஸ்டேரிங் வீலை மிகவும் மெதுவாகச் சுற்றிக் கார் போகும் போக்கிலே அதை விட்டான்.

"பிரேக் பிடிக்காதே"

அவனின் புத்தி அடிக்கடி காலுக்குக் கட்டளை இட்டுக் கொண்டிருந்தது. மெதுவாக... மிகவும் மெதுவாக ஸ்டேரிங் வீலை இடது பக்கம் திருப்பி, தான் போகவேண்டிய பாதைக்கு விட்டான்.

அதிகாலைவேளை, பனிப்பொழிவு நாள் என்பதால் அவனையும் பனியையும் தவிர வீதியில் அந்த நேரத்தில் பெருமளவில் கூட்டம் இருக்கவில்லை. வீதி ஓரளவுக்கு வெறிச்சோடிப் போய் இருந்தது என்றே சொல்ல வேண்டும்.

வலமும் இடமுமாகச் சுழன்று களைத்துப்போன வைப்பர் ஒரு கட்டத்தில் இறுகிக் "கிரீச்... கிரீச்..." என்ற உரசலுடன் கண்ணாடியில் ஒட்டிக் கொண்டு நின்றது.

உறைபனியை உருக வைக்கும் திரவத்தை இரண்டு மூன்று தடவை கண்ணாடியில் பீச்சியடித்து மீண்டும் வைப்பரை இயக்கினான், "சொர்... சொர்..." என்ற சத்தத்துடன் முக்கி முனகிய வைப்பர் மிகவும் கஷ்டப்பட்டு இடமும் வலமுமாகச் சுழரத் தொடங்கியது.

கண்களைக் கூர்மையாக்கியபடி பனிப் பொழிவால் மூடுவதும் விழிப்பதுமாக இருக்கும் கண்ணாடியினூடே வீதியை உற்று

நோக்கியபடி காரைச் செலுத்திக் கிட்டத்தட்ட ஒருமணித்தியாலப் போராட்டத்தின் பின்னர் ஒருவாறாகக் கம்பெனியின் பார்க்கிங் லாட்டில் காரைப் பார்க் பண்ணியபோதுதான்,

"அட மடப்பயலே ஸ்னோ பூட்ஸை மறந்துபோய் விட்டிட்டு வந்திட்டாயேடா" என்று பொறித் தட்டியது. அவசரத்தில் வழமையான சப்பாத்தைப் போட்டுக் கொண்டு வந்து விட்டேன் என்பது அப்போதுதான் அவனுக்குப் புரிந்தது.

அவன் பனியில் காலை எடுத்து வைத்தபோது ஏற்கனவே உறைந்து போயிருந்த பனிக்கு மேல் குவிந்திருந்த புதிய பனியில் கால் புதைந்து சறுக்கியது. இன்னொரு பக்கம் காலுறைகள் நனைந்து அவனின் பாதங்கள் விறைப்பெடுத்தன.

அவன் மெதுவாக அடிமேல் அடிவைத்துத் தவளாத குறையாய்க் கம்பெனியின் பாதுகாப்புக் கதவில் உள்நுழைவு அட்டையைத் தொட்டபோது கதவு தானாகத் திறந்து கொண்டு "உள்ளே வா" என்பது போல் ஒற்றைக் காலில் நின்றது.

"கவனம் வெளியில் பனிப்பொழிவு அதிகமாக உள்ளது, உங்கள் பாதுகாப்பில் நீங்கள் கவனமாக இருங்கள்" கதவில் மாட்டப் பட்டிருந்த அலாரத்திலிருந்து ஒரு AI பெண்ணின் மென்மையான ஒலிப்பதிவுக் குரல் ஆங்கிலத்தில் ஒலித்து ஓய்ந்ததும் கதவு தானாக மூடிக் கொண்டது.

அன்றைய நாளில் பனிப்பொழிவு அதிகமாக இருந்தமையால் அதிகம்பேர் வேலைக்குத் தனிப்பட்ட விடுமுறையைக் கோரியிருந்தார்கள், இன்னும் சிலர் வீட்டில் இருந்து வேலை செய்வதாகச் செய்தி அனுப்பியிருந்தார்கள்.

இதற்கிடையில் அவன் காலையில் இருந்து மத்தியானத்துக்கு இடையில் இரண்டு மூன்று மீட்டிங் அட்டென்ட் பண்ண வேண்டி இருந்தது. மேலும் ஜூம் மீட்டிங், மைக்ரோசாப்ட் டீம்ஸ் மீட்டிங் என்று HR உடன் இரண்டு ஒன்லைன் மீட்டிங்குகள், மற்றும் பல மீட்டிங்குகள் என்று அன்றைய நாள் மிகவும் பிஸியாக இருந்தது.

வார இறுதியில் கிடைத்த ஓய்வு எல்லாம் கூட்டிக் கழித்துத் திங்களில் வேலையாக மாறிவிடுவதால், அவனுக்கு இந்தத்

திங்கட்கிழமைகள் என்றாலே ஒருவிதமான வெறுப்பாகி விட்டிருந்தது. இதற்கிடையில் கையெழுத்துப் போட்டு வைத்திருந்த கரோலினின் பைல் மேசையில் இருந்து அடிக்கடி அவனை மிரட்டிக் கொண்டிருந்தது.

“மதியம் சாப்பிட்டு முடித்தபின் இதை ஸ்கான் செய்து ஈமெயிலில் HRக்கு அனுப்ப வேணும், அதுக்கு முதல் கரோலினிடம் போன் செய்து உறுதிப்படுத்த வேணும்” மனதில் நினைத்தபடி சாப்பிட்டு முடித்த போது அவனின் தொலைபேசி அலறியது.

“ஹல்லோ...”

“பிஸியாக இல்லையென்றால் உங்களை மீட் பண்ண முடியுமா...” மறு முனையில் கரோல் பேசினாள்.

“ஆம் ஒரு மணிக்கு வாருங்கள்” என்று சொன்னபின் அவளுடைய பைலை எடுத்து ஸ்கேன் செய்து முடித்திருந்தான். அப்போது, “உள்ளே வரலாமா...” கேட்டுக் கொண்டு உள்ளே வந்தாள் கரோலின்.

கறுப்பு பான்ட், கறுப்புச் சட்டை, கறுப்புக் கோட், அரையடி உயரக் குதி போட்ட காலணி என்று அவளின் உயரத்துக்கு அவனால் நிமிர்ந்து பார்க்க முடியாத உயரத்தில் அவள் இருந்தாள்.

“உட்காருங்கள்...” என்றான்.

“முதலில் மன்னியுங்கள்... நான் உங்களுக்கு நிறைய வேலை குடுத்திட்டேன். ஆனால் இப்ப ஒரு சின்னச் சிக்கல்”

“சொல்லுங்கள்” ஆர்வத்துடன் அவளைப் பார்த்தான்.

“சாரி பார் தி இன்கன்வீனிங்ஸ், ஐ ஹாவ் எ பேமிலி ப்ரோப்ளம்...

“.............”

“நான் இப்ப ரிட்டயர்மெண்ட் செய்யிற ஐடியா இல்லை... என் முடிவை மாற்றி விட்டேன்” என்று அவள் சொன்னபோது அவளையே வியப்புடன் பார்த்துக் கொண்டிருந்தான்.

வெள்ளிக்கும் திங்களுக்கும் இடையில் என்ன நடந்தது என்பதை அவனால் உணர முடியவில்லை, மீண்டும் அவளே தொடர்ந்தாள்.

"எனக்கும் என் கணவருக்கும் இடையில ஒரு சின்ன முரண்பாடு. இந்தக் கொரோனா காலத்தில அவர் நிறையவே மாறி விட்டார், நாங்கள் பிரியிறது என்று முடிவெடுத்து விட்டோம். எங்கள் ரெண்டு பேரின் பெயரில் வீடு இருப்பதால் அதை விற்கப் போட்டிருக்கின்றோம். அது விற்ற பிறகு நான் என் பெயரில் ஒரு வீடு வாங்க வேணும், வேலையை விட்டால் லோன் எடுக்க முடியாது, அதனால் இன்னும் ஒரு ரெண்டு வருசம் வேலை செய்தாக வேண்டிய கட்டாயத்தில் நான் இருக்கின்றேன்"

என்று அவள் சொல்லிக்கொண்டிருக்கும்போதே மேசையில் இருந்த அவளது ரிட்டயமென்ட் பைல் "செக்மேட்...." என்றபடி அவனைப் பார்த்துக் கேலியுடன் சிரிப்பது போல இருந்தது.

பயங்கரவாதிகள் முகாம்

இலங்கை ஒலிபரப்புக் கூட்டுத்தாபனத்தின் அன்றைய இரவுச் செய்தியில், செய்தி வாசிப்பாளர் மிகவும் நிதானமாக அறுத்துறுத்துப் பின்வருமாறு அன்றைய பிரதான செய்தியை வாசித்தார்.

"இராணுவத்தினர் மீது தாக்குதல் நடாத்துவதற்காக ஒன்றுகூடி இருந்த பயங்கரவாதிகளின் பயிற்சி முகாம் மீது இலங்கை விமானப் படையினர் நடாத்திய துல்லியமான தாக்குதலில் முக்கிய புலித் தளபதிகள் உட்பட ஐம்பதுக்கும் மேற்பட்ட பயங்கரவாதிகள் கொல்லப்பட்டனர். மேலும் பலர் பலத்த காயங்களுக்கு உள்ளாகினர்"

★ ★ ★

அவனுடைய தந்தை இறந்தபின் வரும் ஐந்தாவது தீபாவளி இது. அவனுக்காகத் தாய் வாங்கிய நீலத்தில் சிவப்புக் கட்டம் போட்ட சட்டையும், அதற்கு ஏற்றால்போல, நீலநிறக் காற்சட்டையும் அவர்களின் வீட்டுப் பரணில் தொங்கிக் கொண்டிருந்தது. விடிந்தால் தீபாவளி ஊரெல்லாம் ஒன்றுகூடித் தீபாவளியை வரவேற்கக் காத்திருந்தார்கள்.

அவனுக்கு நித்திரை கண்ணை நிறைத்துக்கொண்டு வந்தது. கொட்டாவி விடுவதும் பரணில் தொங்கிக் கொண்டிருக்கும் புத்தாடையைப் பார்ப்பதும் பின்னர் தாயைப் பார்ப்பதுமாக இருந்தான். சற்று நேரத்தில் திண்ணைக்கு அருகில் மூலையில் சாத்தியிருந்த ஓலைப்பாயை எடுத்துத் தாய் விரித்த வேகத்திலேயே அவன் உறங்கி விட்டான்.

யாழ்ப்பாணத்தின் அந்தச் சிறிய கிராமத்தில் உள்ள மிகவும் சிறிய வீடுகளில் அவர்களுடைய வீடும் ஒன்று. சிறிதாகக் கிடுக்கினால்

வேயப்பட்ட கூரை, சுற்றிவரக் கிளுவை வேலி, நிறை காய் தளம்ப நின்ற இரண்டு முருங்கை மரங்கள், பனை மட்டையால் வரிந்து கட்டிய படலை என்று அழகிய தோற்றத்துடன் தென்றல் வந்து தாலாட்டும் விதமாக அமைந்திருந்தது அந்த வீடு.

அவர்கள் வீட்டில் குசினிக்கும் விறாந்தைக்கும் நடுவே பெரிதாகத் தடித்த ஒரு ஆள் உயரச் சுவர் இருந்தது, அதன் அருகில் உட்புறமாக ஒரு திண்ணை. பகலில் யாராவது விருந்தினர்கள் வந்தால் அவர்கள் அமரும் "விருந்தினர் பகுதி" அதுதான். இரவில் அதுவே அவளின் பஞ்சணை.

திருமணமான புதிதில் அவளின் கணவன் இந்தத் திண்ணையை அவளுக்காகக் கட்டிக் கொடுத்திருந்தான். வழமையாகத் திண்ணையை வீட்டின் வெளிவாசல் புறத்தே அமைப்பார்கள், ஆனால் இவர்கள் வீட்டின் உள்ளே வராந்தாவில் அமைத்திருந்தார்கள்.

கணவனை இழந்த பின்னர் கூட, இந்தத் திண்ணையில் படுத்தால்தான் அவளுக்கு நித்திரை வரும். கணவன் தன்னுடனேயே இருப்பது போன்ற உணர்வை இந்தத் திண்ணை தினசரி அவளுக்குக் கொடுத்துக் கொண்டிருந்தது.

வெளியே படலைக்குத் தாழ்பாள் போட்டு விட்டு திண்ணையில் பாயை விரித்துப் படுத்தவள் வலப் புறமாகச் சரிந்து மகனின் தலையை இடையிடையே மெதுவாகத் தடவிக் கொடுத்துக் கொண்டிருந்தாள்.

அருகில் வாசற்படி ஓரமாக நாய் லிங்கா படுத்திருந்தது. யாராவது வீட்டுக்குள் வரவேண்டுமாயின் முதலில் லிங்காவின் அனுமதியைப் பெற்றாக வேண்டும். லிங்காவைத் தாண்டி, அதைக் கட்டுப்படுத்தி அந்த வீட்டுக்குள் நுழையக் கூடிய தைரியம் இந்த ஊரில் யாருக்கும் இல்லை.

கலியாணமாகி இந்த வீட்டிற்குப் புதிதாக வந்தபோது ஒருமாதக் குட்டியாக லிங்காவை இந்த வீட்டுக்கு அழைத்து வந்தார்கள் அன்றில் இருந்து இன்றுவரை லிங்காதான் இந்த வீட்டின் பெருங் காவலன்.

வெளிப் புறத்தே பார்ப்பது போல மூஞ்சையை வைத்தபடி வாசல்படி ஓரமாகப் படுத்திருந்தது லிங்கா. ஆளுறக்கத்தில்

இருப்பதுபோலக் கண்களை மூடியபடி வாலை ஆட்டி இன்னும் தான் உறங்கவில்லை என்பதைத் தன் எசமானியம்மாவுக்குக் காட்டியது.

"இன்னும் கொஞ்ச நேரத்தில் விடிந்து விடும், விடிந்தால் தீபாவளி, மகனின் மகிழ்ச்சியைப் பார்க்க வேண்டும்" என அங்கலாய்த்தபடி, கண்களை இறுக்க மூடி வலுக்கட்டாயமாக நித்திரையை வரவழைத்தாள்.

மகனைப் புத்தாடையில் பார்க்க வேண்டும், அவனின் மகிழ்ச்சியைத் தானும் கொண்டாட வேண்டும் என்ற நினைப்பே அவளை உறங்க விடாமல் தடுத்தது. இப்படியாக வருடத்தில் வரும் சில விழாக்கள் மட்டுமே இப்போதைக்கு அவர்களுக்கு மகிழ்ச்சி கொடுப்பதாக இருக்கின்றது.

அவனின் தந்தை உயிருடன் இருக்கும் போது அவர்களின் நிலை வேறாக இருந்தது. அவனின் மறைவுக்குப் பின் எல்லாம் அப்படியே தலைகீழாக மாறிவிட்டிருந்தது. இப்போது ஒரு புது ஆடை அணிவதற்குக் கூட அவன் கிட்டத்தட்ட ஒரு வருடம் காத்திருக்க வேண்டியிருக்கின்றது.

பலாலியில் இருந்து ஆமி ஏவிய ஒரு எறிகணை அவளின் கனவுகள் அனைத்தையும் புரட்டிப் போட்டிருந்தது. எத்தனையோ கனவுகளுடன் வாழ்க்கையில் நுழைந்த அவளின் அத்தனை கனவுகளையும் சுக்குநூறாக்கிய அந்த எறிகணைதான் அவளின் வாழ்க்கையைப் பறித்து, அவளின் மகனை அப்பனற்றவன் ஆக்கியது.

இது நடந்து ஐந்து ஆண்டுகள் ஓடியிருந்தன. அப்போது பிறந்த குழந்தையாக இருந்த மகன் இப்போது வயது ஆறை நெருங்கிக் கொண்டிருந்தான். மகன் பற்றிய நினைவுகள், மற்றும் கடந்த கால நினைவுகளில் லயித்திருந்தவள், நேரம் சாமத்தைத் தொட்டபோது அப்படியே கண்ணயர்ந்து தூங்கி விட்டாள்.

திடீரென, இரவின் அமைதியைக் கிழிப்பது போலத் தூரத்தில் வெடிச் சத்தங்கள் கேட்கத் தொடங்கின. ஆரம்பத்தில் சிறிதாகக் கேட்ட வெடிச் சத்தம் மெல்ல மெல்லப் பெரிதாகி, கிட்ட நெருங்கியது.

தோட்ட வெளிகளில் எறிகணைகள் வந்து விழுந்து வெடித்துத் தீச்சுவாலைகளைக் கக்கின. கரிய இருளைக் கிழித்தபடி தீச்சுவாலையின் வெளிச்சம் எங்கும் பரவியது, வெடிச்சத்தம் காதைப் பிளந்தது. வழமைக்கு மாறான எறிகணை வீச்சு அவளுக்கு மேலும் அச்சத்தை தந்தது. அவள் அவசர அவசரமாகத் தேவைப்படும் பொருட்களைப் பெட்டியில் எடுத்துப் போட்டாள்.

படுத்திருந்த மகனைத் தட்டி எழுப்பினாள். எழும்ப மறுத்தவனாகக் கண்களைக் கசக்கியபடி அவன் திரும்பிப் படுத்தான். அருகே உள்ள தோட்ட வெளிகளில் எறிகணைகள் விழுந்து அதிர்ந்தன. ஓலைப் பாயில் படுத்திருந்த மகன் திடுக்கிட்டுத் துள்ளி எழுந்தான்.

அவனுக்கு இன்னும் முழுவதுமாக விழிப்பு வரவில்லை. ஏதோ கனவில் நடப்பதுபோலத் தாயின் கையைப் பிடித்தபடி போனான். செம்பில் இருந்த குளிர்ந்த தண்ணீரால் அவனின் முகத்தைக் கழுவி பரணில் தொங்கிய புதிய ஆடையை எடுத்து அவனிடம் கொடுத்துப் போடச் சொன்னாள்.

அவன் புதிய உடையை அணிந்துகொண்டதும், அவனது கையைப் பிடித்துக்கொண்டாள். புத்தாடையில் அவன் மிகவும் அழகாகத் தெரிந்தான், ஆனாலும் அவளால் அந்த நேரத்தில் அதை ரசிக்க முடியவில்லை.

சில சமயங்களில் நச்சத்திரங்களை ரசிக்க முடியாதபடி அதைச் சூழ்ந்திருக்கும் இருள் மனத்துக்குப் பயத்தை விளைவிக்குமல்லவா? அதுபோலத்தான் அவளுக்கும், அந்த வெளிச்சமற்ற இரவில் பரந்து விரிந்த வானமெங்கும் சிதறிக் கிடக்கும் நச்சத்திரங்களின் அழகை ரசிக்க முடியவில்லை.

வீட்டை விட்டு உடனடியாக வெளியேறுவதென்று முடிவெடுத்த பின் கோழிக்கூட்டில் அடைக்கப்பட்டிருந்த கோழிகளைத் திறந்து வெளியே விட்டாள். எறிகணை வீச்சுக்குப் பயந்து பதுங்கு குழிக்குள் அடைக்கலம் தேடும் மனிதரைப் போலக் கரிய இருளில் வெளியேற மறுத்த கோழிகள் மீண்டும் கூட்டுக்குள் போய்ப் பதுங்கிக் கொண்டன.

இருவரும் வீட்டை விட்டு வெளியேறி வீதிக்கு ஓடினார்கள். கற்கள் நிறைந்த பாதையில் வெற்றுக் கால்கள் தடுக்கின, அவன்

நடக்க முடியாமல் இடறினான். மகனைத் தூக்கி இடுப்பில் வைத்தபடி வேகமாக ஓடி நடந்தாள்.

வெடிச் சத்தத்தில் மிரண்ட நாய்கள் அங்குமிங்குமாகக் குரைத்தபடி ஓடி அலைந்தன. நாய்களின் ஊளைச் சத்தம் சாவோலம் போல வெடிச் சத்தத்தைக் காட்டிலும் அவளுக்கு மேலும் பயத்தைத் தந்தது. இதற்கிடையில் தலையில் இருந்த பெட்டி மேலிருந்து அவளை அழுத்திக் கொண்டிருந்தது.

பொழுது கொஞ்சம் கொஞ்சமாகப் புலரத் தொடங்கியிருந்தது. அது ஆடி மாதமாக இருந்தாலும் வழமைக்கு மாறாக அதிகாலையில் சற்றுக் குளிராக இருந்தது.

முடிந்தவரை அவனையும் பெட்டியையும் சுமந்தவளால் அதற்கு மேலும் முடியவில்லை. மகனைக் கீழே இறக்கி நெற்றியில் முத்தமிட்டு,

"என்ர செல்லமெல்லே... அம்மாக்கு கை நோகுது... அம்மாக்கு பின்னுக்கு கெதியாய் நடந்து வா... கொஞ்சத் தூரத்தில நான் திரும்பவும் தூக்கிறேன்"

என்றவள், தன் வலது கையில் அவனது பிஞ்சுக் கைகளை அழுத்திப் பிடித்தபடி வேகமாக நடக்கத் தொடங்கினாள். அவனும் "ஓம் அம்மா..." என்றபடி அவளது வேகத்துக்கு ஏற்ப ஓட்டமும் நடையுமாகப் பின் தொடர்ந்தான். அவர்களைத் தொடர்ந்து நாய் லிங்காவும் ஒட்டியபடி நடந்து வந்துகொண்டிருந்தது.

இரவு தொடங்கிய எறிகணை வீச்சு அதிகாலையாகியும் யாழ்ப்பாணத்தின் மூலை முடுக்கெல்லாம் மழை போல விழுந்து வெடித்துக் கொண்டிருந்தன. அவர்களின் வேகத்துக்கு ஏற்ப வெடிச் சத்தமும் வரவர முன்னேறிக் கொண்டிருந்தது.

ஆமி யாழ்ப்பாணக் குடாநாட்டைத் தனது முழுமையான கட்டுப்பாட்டில் கொண்டு வரவென்று முழு மூச்சுடன் தனது படையெடுப்பைத் தொடங்கியிருப்பதாகச் செய்தி பரவியது.

அவள் தன்னுடைய வேகத்துக்கு ஏற்றால் போல மகனை இழுத்துக் கொண்டு கால் போன போக்கில் ஓடினாள். போகும் திசையெல்லாம் தன்னையே எறிகணைகள் விரட்டி வருவது போல ஒருவிதமான பயம் கலந்த படபடப்பு அவளுக்குள்.

"கடவுளே... கடவுளே..."

மந்திரம் போலத் திரும்பத் திரும்ப அதையே வாயில் முணு முணுத்தபடி குழந்தையின் பிஞ்சுக் கைகளை இறுக்கியவாறு ஊரோடு சேர்ந்து ஓட்டமும் நடையுமாக விரைந்து கொண்டிருந்தாள்.

இப்போது வானம் மெல்ல மெல்ல வெளிச்சம் பெற்று வெளுக்கத் தொடங்கியிருந்தது. அதிகாலைச் சூரியன் சற்று நேரத்துக்குள்ளேயே அனல் கக்கும் தன் கதிரொளியை எங்கும் பரப்பியிருந்தான்.

பொதி சுமந்த மக்கள்; கூட்டம் கூட்டமாக நகரை விட்டு வெளியேறிக் கொண்டிருந்தார்கள். பெரும்பாலான மக்களின் நிலையும் கிட்டத்தட்ட இவர்களின் நிலையை ஒத்ததாகவே இருந்தது. எங்கே போகிறோம் என்று தெரியாமலேயே கால் போன போக்கில் நடந்து கொண்டிருந்தார்கள்.

அதிக நேரம் நடந்த களை ஒருபக்கம் கால்களில் எடுத்த வலி மறுபக்கம் எனக் குழந்தை நடப்பதற்கு மிகவும் சிரமப்பட்டான். அவனின் கால்கள் இடறத் தொடங்கின. மறுபுறம் அவனுக்குப் பசி வயிற்றைக் கிள்ளியது.

"அம்மா எனக்குப் பசிக்குது... என்னால் நடக்கேலாமல் இருக்கம்மா"

அழத் தொடங்கிய குழந்தை அடம்பிடித்து அங்கேயே நிலத்தில் அமர்ந்து விட்டான்.

"என்ரை ராசாவெல்லே... இன்னும் கொஞ்சத் தூரம்தான்... அழாமல் இருக்க வேணும் சரியே"

குழந்தையைத் தூக்கி மீண்டும் இடுப்பில் வைத்தாள். தன் தலையில் இருந்து அழுத்திக் கொண்டிருந்த பெட்டியை இடது கையால் பிடித்தபடி வலது கையால் மகனை அள்ளி அணைத்து இடுப்பில் இருத்திக் கொண்டு நடந்தாள்.

அவன், தன் கண்ணீர் வடியும் முகத்தைத் தாயின் மார்புச் சட்டையில் துடைத்தான். தன் மார்பில் முகம் புதைத்தபடி அழும் குழந்தையின் தலையில் வாஞ்சையோடு முத்தமிட்டாள் அவள்.

அவள் கால்கள் மட்டும் என்ன இரும்பால் செய்யப்பட்டவையா என்ன? அவளுக்கும் வலி எடுக்கும்தானே? மன உளைச்சல்

ஒருபக்கம் உடல் வலி மறுபக்கம் என எதையும் வெளியே காட்டிக் கொள்ளாமல் நடந்தாள். அவளின் அன்புக்குரிய மகனைத் தவிர, தன் வலியைச் சொல்லி அழ அப்போது அவளருகில் யாரும் இல்லை. அவள் சொன்னாலும் அவனுக்கு அதைப் புரிந்து கொள்ளும் வயதல்ல.

அவனைத் தூக்கியபடி சிறிது தூரம் நடந்தவளால் அதற்கு மேலும் முடியவில்லை, கழுத்தும் இடையும் வலிப்பெடுத்தது. மீண்டும் மகனைக் கீழே இறக்கி விட்டுத் தன்னருகில் நடந்து வரும்படி கூறினாள்.

“வீட்டை போவோம் வாம்மா”

அவன் மீண்டும் அடம்பிடித்து அழுதான். இதற்கு மேல் அவளால் ஒன்றும் செய்ய முடியவில்லை. சுற்றும் முற்றும் பார்த்தாள். வழியெங்கும் உள்ள கடைகள் அனைத்தும் மூடப்பட்டிருந்தன. தாகத்துக்குத் தண்ணீர் அருந்தக்கூட ஒரு இடமில்லை. மகனின் நிலையைப் பார்க்க அவளுக்குப் பரிதாபமாக இருந்தது.

தந்தையை இழந்த இத்தனை நாளில் இப்படி ஒரு நாளை அவன் அனுபவித்தவனல்லன். மகன் மட்டுமே அவளின் உலகென ஆகிப்போனபின், அவள்தான் என்ன செய்வாள்? கால ஓட்டத்தில் அவனுக்காகவேனும் அவள் ஓடியாக வேண்டிய கட்டாயம், உயிர் வாழவேண்டிய நிர்ப்பந்தம்.

அவள் தன் நடையின் வேகத்தைச் சற்றுக் குறைத்து மெதுவாக நடக்க, அவன் சிணுங்கியபடி அவளைப் பின்தொடர்ந்தான்.

கொஞ்சத் தூரத்தில் ஒரு வீட்டின் முன்னே மரநிழலில் பானையில் யாரோ குளிர்ந்த நீர் வைத்திருந்தார்கள். அந்த மரநிழலில் ஈர மணலின் மேலே ஒரு திருகணையில் அந்த மண் பானை இருந்தது.

பானையின் வாயிலை, சீவி அலங்கரித்த மிகவும் சுத்தமான சிரட்டை ஒன்றினால் மூடியிருந்தார்கள். சிரட்டையின் ஓரத்தில் ஒரு துளையிட்டுப் பானையின் கழுத்தில் சுற்றப்பட்ட நூற்கயிற்றில் கட்டப் பட்டிருந்தது. சிரட்டையின் மேலே ஒரு சிறிய கைப்பிடி போட்ட சுத்தமான பித்தளைப் பேணி கவிழ்க்கப்பட்டிருந்தது. அதன் கைப்பிடியில் கட்டப்பட்டிருந்த நூலின் மறு முனையும் பானையின் கழுத்தைச் சுற்றிக் கட்டப்பட்டடிருந்தது.

தன் கையில் பிடித்திருந்த மகனின் கையை விடுவித்து, இதுவரை தன் தலையை அழுத்திக் கொண்டிருந்த பொதியை இறக்கிக் கீழே வைத்தாள். மகனின் தாகம் தீரும்வரை தண்ணீரை அள்ளிப் பருகக் கொடுத்தபின் தானும் மடக்கு மடக்கென்று இரண்டு மூன்று முறை அள்ளித் தன் தாகம் தீரும்வரை குடித்தாள்.

கீழே இறக்கி வைத்த பொதியிலிருந்த தின்பண்டங்கள் இருந்த சிறு துணிப் பையை எடுத்து மகனிடம் கொடுத்தாள். தனது பிஞ்சு விரல்களால் அதை வாங்கிய அவன் அதிலிருந்து ஒன்றை எடுத்துப் பாசத்துடன் தாயிடம் நீட்டினான். அவள் அதை வாங்கித் தான் சாப்பிடுவது போலப் பாவனை செய்தாள்.

பையில் இருந்து மேலும் ஒரு ''பிஸ்கட்''டை எடுத்து லிங்காவிடம் தூக்கிப் போட்டான். லிங்கா லாவகமாக அதை நிலத்தில் விழ விடாமல் தன் வாயில் கவ்விக் கொண்டது.

அவன் தன்னிடம் மீதமாக இருந்த தின்பண்டங்களை அவசர அவசரமாகச் சாப்பிட்டு முடித்து விட்டுத் தண்ணீர் பானையில் இருந்து நீரை அள்ளி மீண்டும் குடித்தான். இப்போது, தனக்குக் கிடைத்த அந்த ஒற்றை பிஸ்கட்டை மட்டும் உண்டவள், வெற்று வயிற்றை நிரப்ப பானையில் இருந்த நீரை அள்ளித் தானும் பருகினாள்.

பாவம் குழந்தை, இரவு சரியாக உறங்கவில்லை, நீண்ட தூரம் நடந்து களைத்திருந்தவன் உண்ட களைப்பில் அப்படியே மரநிழலில் உறங்கி விட்டான். அவனது கடைவாயில் ஒட்டியிருந்த 'பிஸ்கட்' துகள்களைத் துடைத்து விட்டவள், அவனின் தலையைத் தூக்கித் தன் மடியில் வைத்துக் கொண்டாள்.

மக்கள் பாதுகாப்பான இடங்களைத் தேடி இன்னும் விரைந்து கொண்டிருந்தனர். ஆனால் அவனோ எதுவும் அறியாக் குழந்தை யாகத் தன் அன்னை மடியில் தூங்கிக் கொண்டிருந்தான். அவனுக்குத் துணையாக லிங்காவும் அருகில் படுத்துக் கொண்டது.

நேரம் மதியத்தை நெருங்கிக் கொண்டிருந்தது. தொடர்ந்து கேட்கும் துப்பாக்கிச் சூட்டுச் சத்தங்களும் விழுந்து வெடிக்கும் குண்டுச் சத்தங்களும் சண்டையின் உக்கிரத்தை அவளுக்கு உணர்த்திக்கொண்டிருந்தன. சண்டை நடக்கும் பகுதியை நோக்கி

உலங்கு வானூர்திகளும் குண்டு வீச்சு விமானங்களும் ஒன்றன் பின் ஒன்றாக விரைந்து கொண்டிருந்தன.

கிட்டத்தட்ட நேரடி யுத்தம் நடக்கும் பகுதியில் இருந்து சற்றுத் தொலைவான தூரத்துக்கு வந்திருப்பதாக அவள் உணர்ந்தாள். தன் மகனைச் சண்டை நடக்கும் பகுதியில் இருந்து இன்னும் தொலை தூரத்துக்குக் கொண்டு சென்று விடவேண்டும் என்பதில் அவள் குறியாக இருந்தாள். ஆனால் எங்கு போவது என்றுதான் அவளுக்குத் தெரியவில்லை. அவள் ஒரு ஊர்க்குருவி போன்றவள், தன் ஊர் தாண்டி, வெளியே சொல்லிக் கொள்ளும்படி சொந்தம் என்று அவளுக்கு யாருமே இல்லை.

கண்ணுக்கெட்டிய இடமெல்லாம் மக்கள் கூட்டம் கூட்டமாகத் தம் கையில் அகப்பட்ட பொருட்களுடன் இடம்பெயர்ந்து போய்க் கொண்டிருந்தார்கள். மடியில் உறங்கிக் கொண்டிருந்த மகனின் தலையைத் தடவிக் கொடுத்தபடி அடுத்து எங்கே போவது என்ற யோசனையில் ஆழ்ந்திருந்தாள் அவள்.

"எல்லாரும் ஏதோ ஒரு நம்பிக்கையில்தானே போகிறார்கள்... ஊரோடு ஊராக நாங்களும் போவோம்... எது நடந்தாலும் வருவதை எதிர் கொள்வோம்..."

என்று தனக்குத் தானே சமாதானம் கூறியவளாக, முதலில் இந்தச் சண்டைக்குள் இருந்து தன் மகனைக் காப்பாற்றினால் போதும் என்ற மன உறுதியுடன் அடுத்த நடைப் பயணத்துக்காக, ஆழ்ந்து தூங்கிக் கொண்டிருக்கும் குழந்தையை மெதுவாகத் தட்டி எழுப்பினாள்.

நித்திரை மயக்கத்தில் இருந்த அவனோ முரண்டு பிடித்து எழும்ப மறுத்தான். அவனின் தோள்களைப் பிடித்து உலுக்கி எழும்ப வைத்தவள் ஒரு ஈரத் துணியால் அவனின் முகம், கால், கைகளைத் துடைத்து அதே துணியால் அவனின் முழங்கால்கள் இரண்டுக்கும் ஒத்தடம் கொடுத்தாள்.

தூக்கத்தில் இருந்து விழித்துக் கொண்ட குழந்தை அரை மயக்கத்தில், "அம்மா இனி எங்கட வீட்டுக்கு போகலாமே?" என்று கேட்டான்.

"இல்லை ராசா... நாங்கள் இப்ப எங்கடை வீட்டை போக ஏலாது... அங்கை ஒரே சண்டை நடக்குது..."

தியா காண்டிபன்

சொல்லியபடி அவனின் தலையைத் தடவி நெற்றியில் முத்தமிட்டாள்.

“அப்ப நாங்கள் எங்கே போறோம்?”

“தெரியேல்ல ராசா...” அவளுடைய கண்கள் குளமாகின.

“அழாத அம்மா... நான் இனி வீட்டை வரச்சொல்லி கேட்க மாட்டேன்... அழாத...”

தாயின் கண்ணீரைத் தன் பிஞ்சுக் கைகளால் துடைத்து விட்டான். மீண்டும் அவனை அள்ளி அணைத்து அவள் முத்தமிட்டாள்.

மீண்டும் தலையில் பொதியை வைத்தவள் மகனின் கையைப் பிடித்தபடி மக்களோடு மக்களாக நடக்கத் தொடங்கினாள். இப்போது வீதி முழுவதும் நாய் லிங்காவும் அவர்களைப் பின்தொடர்ந்து சென்றுகொண்டிருந்தது.

அரை மணி நேரப் பயணத்தில் ஒரு கோயில் வந்தது. அந்தக் கோயிலின் மர நிழல்களில் சனம் திரளாகக் கூடியிருந்தார்கள். இடம்பெயர்ந்து வருபவர்கள் எல்லோருக்கும் கோயிலின் உள்ளே சமைத்த உணவு பரிமாறிக் கொண்டிருந்தார்கள்.

மகனைத் தன் கண்ணில் படும்படியாக, ஒரு ஓரமாக இருத்திவிட்டுக் கூட்டத்தில் வரிசையாக நின்று இரண்டு வாழை இலைகளில் குழைசோறு வாங்கி வந்தாள். அதில் ஒன்றை நாயின் முன்னே வைத்து, “சாப்பிடு லிங்கா” என்றாள். பசியில் இருந்த நாய் அவசர அவசரமாக அதைச் சாப்பிட்டு முடித்தது.

மற்றைய இலைச் சோற்றை மகனுக்கு ஊட்டியபடி தானும் வயிறாற உண்டாள். கோயில் கிணற்றில் தண்ணீர் அள்ளி மகனுக்குக் குடிக்கக் கொடுத்துத் தானும் குடித்தபின், அங்கிருந்த ஒரு சிரட்டையில் நாய்க்கும் தண்ணீர் அள்ளி வைத்தாள், தாக மிகுதியில் இருந்த நாய் அசுர வேகத்தில் அதை நக்கிக் குடித்தது.

உண்ட மயக்கத்தாலும் நடந்து களைத்ததாலும் சோர்ந்து போயிருந்த பலர் மர நிழல்களில் காலாற ஓய்வெடுத்தனர். இன்னும் சிலர் கோயில் மடத்துக்குள் தஞ்சமடைந்திருந்தனர்.

இப்போதும் தூரத்தில் காதைப் பிளக்குமளவிற்கு வெடிச் சத்தம் கேட்டுக்கொண்டிருந்தது. பசிக்களை நீங்கி, கிட்டத்தட்ட ஒரு

மணிநேரம் அங்கே இளைப்பாறியபின் மீண்டும் மகனின் கையைப் பிடித்தபடி தான் கொண்டுவந்த பையைத் தூக்கித் தலையில் வைத்துக்கொண்டு நடக்கலாம் என்று வெளிக்கிட்டாள்.

அப்போது வானத்தைக் கிழித்தபடி மின்னல் வேகத்தில் ஒன்றன்பின் ஒன்றாக நான்கு குண்டு வீச்சு விமானங்கள் கோயிலைச் சுற்றி வட்டமிடத் தொடங்கின.

"எல்லாரும் கோயிலுக்குள்ள வாங்கோ..."

கத்தியபடி மக்கள் எல்லோரும் கோயிலை நோக்கி ஓடி வந்தார்கள்.

தலையில் இருந்த பொதியைத் தூக்கி எறிந்தவள் மகனின் கையைப் பிடித்து இழுத்துக் கொண்டு கோயிலுக்குள் ஓடினாள், அவர்களைப் பின்தொடர்ந்து நாயும் ஓடியது.

எங்கும் பேரிரைச்சல்... என்ன நடக்கிறது என்று சுதாரிப்பதற்குள் ஒன்றன் பின் ஒன்றாக நான்கு விமானங்களும் கோயிலை நோக்கித் தாழ்ந்து வந்து குண்டுகளைத் தள்ளி விட்டு வந்த வழியே திரும்பின.

சற்று நேரத்துக்கு முன்னர் குழைசோறு வழங்கி மக்கள் பசியாற்றிக் கொண்டிருந்த அன்னதான மடம் உருக் குலைந்து சிதைந்து கிடந்தது. மணிக்கூட்டுக் கோபுரம் ஒருபக்கம் சரிந்து தொங்கிக் கொண்டிருந்தது.

பார்க்கும் இடமெல்லாம் சிதைந்த உடல்களும், கட்டிட இடிபாடு களும் என கோயில் போர்க்களம் போலக் காட்சி தந்தது. எங்கும் மரண ஓலம், இரத்த வெள்ளம். வழிபாட்டுத்தலம் போர்க்களம் போலச் சிதைந்து கிடந்தது.

"கோயில்தான் பாதுகாப்பான இடம்... கோயிலுக்குள் குண்டு போடமாட்டான்"

என்று நம்பித் தஞ்சமடைந்தவர்களில் பலரின் உயிர் பிரிந்திருந்தது. இன்னும் பலர் காயமடைந்தும் அங்கங்களை இழந்தும் அலறித் துடித்துக்கொண்டிருந்தனர்.

கோயிலின் முன்பகுதி பெரும்பாலும் சிதைந்து போயிருந்தது. உதவிக்கு வந்த போராளிகளும் மக்களும் சிதைவுகளை அகற்றித்

தங்களால் முடிந்தவரை, விரைவாகக் காயப்பட்டவர்களை மீட்டு முதலுதவி செய்து வைத்தியசாலைக்குக் கொண்டு சென்றனர்.

குழைசோற்றுக் கிடாரம் தூக்கி எறியப்பட்டிருந்தது, சோற்றுப் பருக்கைகள் கட்டிடச் சிதைவுகளுக்குள் சிதறிக் கிடந்தன.

இடிபாடுகளின் நடுவே... நீலத்தில் சிவப்புக் கட்டம் போட்ட சட்டையும், நீலக் காற்சட்டையும் அணிந்த ஐந்து அல்லது ஆறு வயது மதிக்கத்தக்க குழந்தை ஒன்றை தாய் ஒருவர் இறுக்கக் கட்டி அணைத்தபடி இரத்த வெள்ளத்தில் இறந்து கிடந்தனர். அவர்களுக்கு அருகில் இறந்து கிடக்கும் நாய் ஒன்றின் மீது கோயிலின் சுவர் இடிந்து விழுந்து கிடந்தது.

இலங்கை ஒலிபரப்புக் கூட்டுத்தாபனத்தின் அன்றைய இரவுச் செய்தி இவ்வாறு தெரிவித்தது.

“இராணுவத்தினர் மீது தாக்குதல் நடாத்துவதற்காக ஒன்றுகூடி இருந்த பயங்கரவாதிகளின் பயிற்சி முகாம் மீது இலங்கை விமானப் படையினர் நடாத்திய துல்லியமான தாக்குதலில், முக்கிய புலித் தளபதிகளைக் கொன்று பயங்கரவாதிகளின் திட்டத்தை முறியடித்த இலங்கை விமானப்படையினருக்கு ஜனாதிபதி பாராட்டுக்களைத் தெரிவித்ததுடன் விருதுகளையும் அறிவித்தார்.”

நள்ளிரவுக்கு பிந்திய முத்தம்

அவளின் கண்களில் அத்தனை பிரகாசம், எத்தனை முறை பார்த்தாலும் ஒவ்வொரு முறையும் அவை ஏதோ ஒரு கதையை பேசிக்கொண்டிருந்தன. ஒருபோதும் அடக்கி வைக்க முடியாத எரிமலையாக அவள் உணர்ச்சிகளை அவனுள் விதைத்துக் கொண்டிருந்தாள். அவளுடைய புன்னகை மந்திரம் போன்று ஒவ்வொரு முறையும் அவனின் இதயத்தை உலுக்கிக் கொண்டிருந்தது.

வெளியில் இப்போது கடுமையான பனிப்புயல் பெய்து கொண்டிருக்கின்றது, அவனுடைய கார் வெளியே தெரியாதபடி வெண்பனி மூடியிருந்தது, அவன் ஒரு நீண்ட பெருமூச்சுடன் கோடையில் நிகழ்ந்தவற்றை நினைத்துப் பார்க்கத் தொடங்கினான்.

அதிகாலை வேளையில் சூரிய உதயத்தைத் தரிசிக்கவென்று பலர் அந்த இடத்தில் குழுமியிருந்தனர். சூரிய உதயம் கடவுளைப் போன்று மிகவும் சக்தி வாய்ந்தது, சூரிய உதயத்தில் உலகில் உள்ள எல்லா சக்திகளையும் மிஞ்சுமளவுக்கு அமைதி நிலவுகின்றது என்று அவன் நம்பினான். எல்லாவற்றுக்கும் மேலாக அவன் அவளை அங்குதான் முதன் முதலில் சந்தித்தான்.

அப்போது அவன் மினசோட்டா பல்கலைக் கழகத்தின் டுழுத் கம்பஸில் மூன்றாம் ஆண்டில் படித்துக்கொண்டிருந்தான். சூரிய தரிசனத்துக்காக அவன் வந்த அதே சுப்பீரியர் ஏரிக் கரையில் தான் அந்த பேரதிசயம் அவனின் கண்ணில் பட்டது. முதல் பார்வையிலேயே அவனை அவள் வெகுவாக ஈர்த்திருந்தாள்.

அமெரிக்காவின் மினசோட்டா மாநிலத்தைப் பொறுத்தமட்டில் சுப்பீரியர் ஏரியானது சுற்றுலாப் பயணிகளின் மிக முக்கியமான

மையப் புள்ளியாகும். இது இயற்கையாக உருவான ஏரி, உலகில் மிகவும் பெரிய நன்னீர் தேக்கம் இதுவே, மிக அற்புதமான சுற்றுலா தலம், புகழ்பெற்ற லண்டன் பிரிட்ஜ் போல இங்கேயும் கப்பல்கள் போய்வருவதற்கு வசதியாக ஒரு சிறிய நகரும் பாலம் உள்ளது.

டுழூத் கேம்பஸில் அவன் படிப்பதனால் லீவு கிடைக்கும் போதெல்லாம் அடிக்கடி சுப்பீரியர் ஏரிப் பக்கம் வருவதுண்டு. அவனைப் பொறுத்தமட்டில் ஏரியின் மீது சூரிய உதயம் என்பது கடவுளின் தோற்றத்துக்கு நிகரானது என நீண்ட நாட்களாக நம்பினான். அந்த நம்பிக்கை இன்று அவனுக்கு வீண்போகவில்லை.

எரிக் காடுகள், மலைகளின் மேல் தோன்றும் சூரியனைப் பார்க்க அதிகாலை நான்கு அல்லது ஐந்து மணி முதல் அங்கு கூடியாக வேண்டியிருந்தது. சூரிய உதயத்தைப் பார்ப்பதற்கு கோடைக்காலம் மிகவும் சிறந்த நேரம், ஏனெனில் கோடைகாலத்தில் அதிகாலை வானம் தெளிவாக இருக்கும், மாலையில் சூரியன் மறைவதற்கு ஒன்பது மணிக்கு மேலாகி இரவுப் பொழுது மிகவும் குறுகியதாக இருக்கும், யாரும் சீக்கிரம் எழுந்திருக்க மாட்டார்கள், அல்லது எழுந்திருந்தாலும் அவ்வளவு சீக்கிரம் அந்த இடத்திற்குப் பயணம் செய்ய மாட்டார்கள் என்று அவன் நம்பினான். ஆனால், அவனின் நம்பிக்கையையும் மீறி பலருக்கு மத்தியில் அன்று அங்கே அவளும் இருந்தாள் அவனும் இருந்தான்.

“இது வேறொருவருடைய இருக்கையா? இங்கு நான் உட்காரலாமா?” ஒரு பெண்ணின் குரல் அவனுக்கு மிக அருகில் கேட்டது.

“ஆம் தாராளமாக” என்றபடி திரும்பிப் பார்த்தான்.

எதிர்பாராத குரல் எங்கிருந்து வருகிறது என்று திரும்பிப் பார்க்கையில், விடியலின் முதல் வெளிச்சம் தான் பார்த்த மிக அழகான பெண்ணை வெளிப்படுத்தியதும் அப்படியே ஒருகணம் சிலையாகி நின்றான். பார்த்த முதல் பார்வையிலேயே அவனை அவள் கவர்த்திழுத்திருந்தாள்.

அவள் மேக்கப் அணிந்திருக்கவில்லை, ஒரு பழுப்பு நிற ஜீன்ஸ் மற்றும் மங்கலான பழுப்பு நிற ஹூடி அணிந்திருந்தாள். அவளின் தலைமுடி அன்று காலையில் அவள் படுக்கையில் இருந்து எழுந்தது

முதல் கை படாதது போலச் சீவப்படாமல் கலைந்திருந்தது. அவள் அழகாக இருக்க எந்த முயற்சியும் எடுக்கவில்லை என்பது தெளிவாகத் தெரிந்தது. ஆனால், அவளிடம் அவனைப் பற்ற வைக்கும் தீப்பொறி ஒன்று இரகசியமாக ஒழிந்து கிடந்தது. அவளைப் பார்த்த முதல் நொடியிலேயே ஆச்சரியம் அவனைப் பற்றிக் கொண்டது. அவன் விவரிக்க முடியாத மகிழ்ச்சியுடன், அன்றைய சூரிய உதயத்தை அவளுடன் பகிர்ந்து கொள்ள விரும்பினான்.

துரதிர்ஷ்டவசமாக, அவளின் அழகை வர்ணிப்பதற்கு தான் ஒரு கவிஞனாகப் பிறக்கவில்லையே என்று மனதுள் நினைத்தபடி யோசனையில் மூழ்கியிருந்தான். அவள் இப்போது அந்த ஏரிக் கரையில் மட்டுமன்றி அவனது இதயத்தில் உள்ள ரகசிய இடத்தையும் ஆக்கிரமித்திருந்தாள்.

இதுவரையில், "இது வேறொருவருடைய இருக்கையா? இங்கு நான் உட்காரலாமா?" "ஆம் தாராளமாக" என்ற அந்த ஒற்றை உரையாடலைத் தவிர இருவரும் எதுவும் பேசாது மௌனமாகச் சூரிய உதயத்தின் அழகை ரசித்துக் கொண்டிருந்தார்கள். அமைதியாக உட்கார்ந்து, சூரியன் அடிவானத்தில் எட்டிப் பார்க்கும் அந்தத் தருணத்தை கூட்டத்துடன் கூட்டமாக தங்கள் கைப்பேசிகளில் படம் பிடித்தார்கள்.

"ஹாய்... என்னை சன்ரைஸ்சுடன் சேர்த்து ஒரு பிக்ஸர், எடுக்க முடியுமா, ப்ளீஸ்?" ஒரு வகையான பௌவியத்துடன் அவனைப் பார்த்துக் கேட்டாள்.

"ஆம் நிச்சயமாக..." என்றபடி கையை நீட்டினான்

அவள் அவனுக்குத் "தேங்க்ஸ்..." சொல்லிய பின், தன் போனை அவனிடம் நீட்ட அதனை அவன் வாங்கிப் பிரேம்க்குள் அவளை விழுத்தி அழகான சில படங்களைச் சுட்டுத் தள்ளினான். அவள் தன் கலைந்த கூந்தலை தன் கைகளால் கோதி சிரித்தபடி போட்டோவுக்கு போஸ் கொடுத்தாள்.

போட்டோ எடுத்த பின், "இன்னும் எடுக்க வேண்டும் என்றால் பார்த்து விட்டுச் சொல்லுங்கள்," என்றபடி அவளிடம் போனை நீட்டினான்.

போனை வாங்கியவள், "தாங்க்ஸ்... உங்களையும் சன்ரைஸ்கூடன் போட்டோ எடுக்க வேணுமா? என்று கேட்டாள்.

"நோ... தேங்க்ஸ்..." என்றவாறே அவளைப் பார்த்தான். அவள், அவன் எடுத்த படங்களைச் ஜூம் பண்ணி அதன் அழகை ரசித்துக் கொண்டிருந்தாள்.

அதன்பின் அவர்கள் இருவரும் வார்த்தைகளால் பேசிக்கொள்ள வில்லை, ஆனால் மனதுக்குள் ஒருவகையான வார்த்தைகள் அற்ற பரவச ஒளியில் இருவரும் ஒருவரை ஒருவர் மூடிகொண்டார்கள்.

"இது தன் வாழ்வில் மறக்கமுடியாத ஒரு நாள்" என்று அவள் அவனிடம் அமைதியாக அவனின் நெஞ்சுக்குள் வந்து இரகசியமாகச் சொன்னாள்.

"நீங்கள் என் அருகில் இருப்பதால் எனது இன்றைய நாள் சிறப்பானதாக மாற்றப்பட்டது" என்று அவனும் அவளுடைய இதயத்துக்குள் ஊடுருவிப் பதிலளித்தான். இருவரும் வார்த்தைகள் இல்லாமல் மனதுக்குள்ளேயே தங்கள் உரையாடலைத் தொடர்ந் தார்கள்.

பூரணத்துவம் என்பது இந்த உலகில் அடைய முடியாத ஒரு குறிக்கோள், அவர்களுக்குள் எந்தவித உரையாடலும் நிகழ வில்லையாயினும் இருவருடைய மனதிலும் பல எண்ணங்கள் ஓடிக்கொண்டிருந்தன. அவள் காலைச் சூரியனைப் போல விரைவாகவும் அமைதியாகவும் இருந்தாள்.

இப்போது சூரியன் மெல்லச் மெல்ல சுட்டெரிக்கத் தொடங்கியது, அவள் சற்று நேரத்தில் எழுந்து, தனது ஜீன்ஸில் பட்டிருந்த இருக்கையின் அழுக்குகளைக் கைகளால் தட்டித் துடைத்து, அந்த ஒடுங்கிய பாதையில் இறங்கி ஒரு மயில் நடப்பது போல நளினமாக நடந்து அவனுடைய பார்வையில் இருந்து மெல்ல மெல்ல மறைந்து வெளியேறினாள்.

உலகில் தம் அன்புக்குரியவர்களால் பேசப்பட்ட முதல் வார்த்தைகள் அவர்களின் நினைவில் நின்று என்றும் அழியாது நிலைத்திருக்கும். அவள் வாய்மொழியாக உதிர்த்துச் சென்ற அந்த வார்த்தைகள், அவனுக்குள் எண்ணற்ற சாத்தியமான நிகழ்வுகளைத் தூண்டி விட்டிருந்தது.

அவள் அவ்விடம் விட்டு நீங்கி முப்பது நிமிடங்கள் கடந்து விட்டிருந்தபோதும், அவளை "இனி ஒருபோதும் பார்க்க முடியாதோ" என்ற அந்த எண்ணம் அவனுக்குள் முட்டி மோதி அவனை மிகவும் வருத்திக்கொண்டிருந்தது.

அன்று முதல் சந்தர்ப்பம் கிடைக்கும்போதெல்லாம் அவன் சுப்பீரியர் எரிக் கரையில் அவளுக்காகத் தவமிருந்தான், பார்த்த விழி பூத்துக் காத்திருந்தான். கிட்டத்தட்ட ஒரு நீண்ட ஆண்டு ஓடி மறைந்தது, அவள் வரவேயில்லை. ஆனாலும், அவனுடைய மனதுக்குள் அவளை அவன் கோயிலாகக் கட்டி வழிபடத் தொடங்கியிருந்தான்.

அவளை அவன் சந்தித்த முதல் தேதியில் இருந்து முதல் முத்தம், மற்றும் "ஐ லவ் யூ" என்ற வார்த்தைகள் பரிமாறப்பட்டதாக மனதுக்குள் எண்ணி மகிழ்ந்தான். "சாத்தியமான ஒவ்வொரு உறவையும் நினைவில் வைத்திருக்க எப்போதும் ஒரு காரணி இருக்கும், அது சூரிய உதயமாகவும் இருக்கலாம், ஏனெனில் சூரிய உதயமானது கடவுளுக்கு நிகரானது" என்று அவன் பரிபூரணமாக நம்பினான்.

சூரிய உதயத்தைப் பார்ப்பதற்காகவன்றி அவளின் வரவுக்காக அவன் எரிக் கரைக்கு அடிக்கடி செல்லத் தொடங்கினான். மீண்டும் ஒரு கோடை வந்தது, ஒவ்வொரு நாளும் அவனுடைய கண்கள் அகல விரிந்து எரிக்கரைகளில் அவளைத் தேடின, "அவளை மீண்டும் பார்ப்பேன்" என்ற நம்பிக்கை அவனுடைய ஆழ் மனதில் குடிகொண்டிருந்தது.

அந்த நம்பிக்கை அவனுக்கு வீண்போகவில்லை. அன்றைய காலை நேரத்து இருளில் சற்றுத் தூரத்தில் அவளின் உருவம் மங்கிய ஒளியில் அசைவது தெரிந்தது. மங்கிய ஒளியிலும் தூரத்தில் இருந்து அவனால் அவளை அடையாளம் காண முடிந்தது. ஆம், அன்றைய சூரிய உதயத்தில் இந்தமுறை அவளும் இருந்தாள், அவளுடன் கூடவே இன்னொரு ஆணும் இருந்தான்.

காலை வேளையின் மங்கிய இருளைக் கிழித்துக்கொண்டு சூரியன் வருவதற்கு முன்னராகவே அவர்களுக்கு மிக அருகில் சென்றான்.

"இது வேறொருவருடைய இருக்கையா? இங்கு நான் உட்காரலாமா?" என்று கேட்டபடி அவளைப் பார்த்தான்.

"ஆம், தாராளமாக..." என்றபடி அவள் அவனைப் பார்த்துப் புன்னகைத்தாள்.

அவளின் புன்னகை அவனை வருடிச் சென்றாலும் அவனுடைய புலன் அவளுடன் நிற்கும் ஆண் யார் என்று அறிந்திட விரும்பியது. ஆனால், அந்த ஆண் யாருடனோ போனில் உரையாடிக் கொண்டிருந்தான், அவனின் முதுகுப் பக்கம் மட்டுமே இவனுக்குத் தெரியும்படியாக இருந்தது. அவன் யார் என்பதை முதலில் அறிந்து கொள்ள வேண்டும் என்று துடியாய்த் துடித்தான்.

ஒரு இரண்டு நிமிடங்கள்தான் அதற்குள் அவனுடைய மனத்திரையில் ஆயிரமாயிரம் கேள்விகள், எண்ண அலைகள் அடித்து ஓய்ந்தன. போன் கதைத்து விட்டு அவன் திரும்பியபோது அப்படியே அதிர்ந்து போய் ஒரு நொடி சிலையாய் இவன் நின்றான். அவன் வேறு யாருமல்ல இவனுடைய மிகவும் நெருங்கிய பல்கலைக்கழக நண்பர்களில் ஒருவன், மூன்று வருடங்களுக்கு முன்னர் டுழுத் கம்பஸில் அறிமுகமானவன்.

"ஹாய் அன்பு என்ன மச்சி இந்தப்பக்கம்..." சிரித்தபடி அவனைக் கட்டித் தழுவினான்.

"இல்லை மச்சி, எல்லாரையும் போல நாங்களும் சூரிய உதயம் பார்க்கத்தான் வந்தோம்" என்ற அன்பு, "ஏய் மச்சி... இது என்ர தங்கச்சி அபிதா... விஸ்கான்சன் மாடிசன் யூனிவெர்சிட்டியில் இப்ப ஒரு ரெண்டு வருஷமா படிக்கிறாள்" என்றான்.

"ஹாய்...நான் ஆதி" இன்றுதான் முதலில் பார்ப்பது போல அவளைத் திரும்பி பார்த்தான்.

"அபி... இவன் ஆதி... ஒன் ஆப் மை பெஸ்ட் பிரெண்ட்..." என்று ஆதியை அவளுக்கு அறிமுகம் செய்து வைத்தான் அன்பு.

"ஹாய் ஆதி... நான் அபி" அவனுக்கு அவள் தானும் கை கொடுத்தாள்.

முதன் முதலில் அவளின் பெயரைத் தெரிந்து கொண்ட பேரதிர்ச்சியில் இருந்து அவன் மீள்வதற்குள் அவள் தன் கையைக்

கொடுத்து அவனுடன் பேசியதும், அவனுக்குள் ஆயிரம் பட்டாம்பூச்சிகள் சிறகடித்துப் பறந்தன.

அவளை மீண்டும் பார்த்தபோது "இந்தமுறை என் வாய்ப்பை நழுவ விடமாட்டேன்" என்று மனதுக்குள் உறுதி கொண்டான். அன்றைய சூரிய உதயம் முடிந்ததும், அபி எழுந்து, ஒரு ஆண்டுக்கு முன்பு செய்ததைப் போலவே தன் கைகளால் ஜீன்ஸ் அழுக்கைத் துடைத்தாள். ஆனால், இந்த முறை தானும் எழுந்து நின்ற ஆதி, அன்புவைப் பார்த்து "மச்சி ஒரு டீ குடிக்கலாமா?" என்று கேட்டான்.

"அதுக்கென்ன குடிச்சால் போச்சு" என்றான் அன்பு.

"இல்லை... எனக்கு டீ வேண்டாம் காஃபி தான் பிடிக்கும்" என்ற அபியைப் பார்த்து,

"எனக்கு காஃபி பிடிக்காது, ஆனால் இன்று உங்களுக்காக ஒரு காஃபி குடிக்க விரும்புகிறேன்" என்றான் ஆதி.

அப்படியே பேசிக் கொண்டு மூவருமாக ஒரு காஃபி ஷாப்பைச் சென்றடைந்தனர்.

உலகில் காதல் உன்னதமானது, உண்மையானது என்பதை உறுதிப்படுத்த நிறைய விஷயங்கள் இருக்கின்றன என்பதை மீண்டும் அவளைச் சந்தித்த அந்தக் கணத்தில் அவன் உணர்ந்து கொண்டான். ஆனாலும், அவளை இழந்துவிடுவோமோ என்ற பயத்தில் அவனால் தன் காதலை உடனடியாக அவளிடம் சொல்ல முடியவில்லை.

ஆனாலும், மனதளவில் தன்னை திடப்படுத்தியவனாக, இன்று அவளிடத்தில் ஏதோ ஒருவகையில் தன் காதலைச் சொல்லியே ஆக வேண்டும் என்பதில் அவன் உறுதியாக இருந்தான்.

காஃபிக்கு ஆர்டர் பண்ணி அது வருவதற்கு இடையில் அன்பு தன் போனை நோண்டிக்கொண்டிருந்தான், ஆனால் கிடைத்த இந்தச் சந்தர்ப்பத்தைப் பயன்படுத்தி ஆதி அபியுடன் அரட்டையடித்துக் கொண்டிருந்தான். இதற்கிடையில் அன்புவுக்கு ஒரு போன் அழைப்பு வர அவன் தன் காதில் போனை வைத்தபடி எழுந்து சற்றுத் தொலைவாகச் சென்றான்.

இந்தச் சந்தர்ப்பத்துக்காகவே காத்திருந்தவன் போல ஆதி, “உங்கள் போன் நம்பர் கிடைக்குமா?” என்று அபியைப் பார்த்துக் கேட்டான்.

அவள் மறு பேச்சின்றி “உங்கள் நம்பரைச் சொல்லுங்க” என்றபடி, அவன் தன் போன் நம்பரைச் சொல்ல, அதை தன் போனின் பதிவு செய்து அவனுக்கு மிஸ் கால் கொடுத்தாள்.

சிறிது நேரத்தில், காஃபி அருந்தி முடிந்ததும் அவர்களிடம் இருந்து ஆதி விடை பெற்று தன் காருக்குச் சென்றான்.

“என்ன ரெண்டுபேரும் போன் நம்பர் வாங்கிற அளவுக்கு பழகீட்டியள் போல...” என்று சிரித்தபடி அன்பு தன் காரை நோக்கிச் செல்ல அபியும் சிரித்தபடி அவனைப் பின்தொடர்ந்தாள்.

நாட்கள், வாரங்கள், மாதங்கள் உருண்டோடின, இப்போது ஆதிக்கு நேரம் கிடைக்கும் போதெல்லாம் அவன் சுப்பீரியர் ஏரிக்கு செல்வதில்லை, மாறாக அபியுடன் போனில் அரட்டையடிப் பதிலேயே காலத்தைக் கடத்தினான். ஆனாலும், தனது காதலை அவளிடம் நேரடியாகச் சொல்லப் பயந்தான். நேரடியாகச் சொல்லி, ஒருவேளை அவள் மறுத்தால் என்ன செய்வது என்று பயந்தபடி இருந்தவன், முடிவில் ஒருவாறாக அந்த வார இறுதியில் அபிக்கு “ஐ லவ் யூ” மெசேஜ் அனுப்பினான். ஆனால், அவளிடம் இருந்து பதிலெதுவும் வரவில்லை.

ஆனாலும், அவனுக்குள் ஒரு நம்பிக்கை இருந்தது “விரைவில் மீண்டும் ஒரு நாள், நான் என் அபியுடன் சூரிய உதயத்தை ஒரு சிறந்த இடத்தில் இருந்து பார்ப்பேன்” என்று மனதுக்குள் உறுதி கொண்டான்.

இரண்டு நாட்களாகியும் அவளிடம் இருந்து எந்த பதிலும் வரவில்லை, “அவசரப்பட்டு விட்டேனோ?” என்று நினைத்தவனாக, போனை எடுத்து “*sorry*” என்று மட்டும் ஒரு குறுஞ்செய்தி அனுப்பினான், அடுத்த நிமிடமே “*why?*” என்று பதிலுக்கு கேள்வியுடன் அவள் ஸ்மைலி அனுப்பியிருந்தாள்.

“நான் கேட்டதுக்கு எதுவும் பதிலில்லையே? பிடிக்கவில்லை என்றால் *sorry*...” என்று மீண்டும் அனுப்பினான்.

“என்ன கேட்டீர்கள்?” மீண்டும் அவளிடமிருந்து ஸ்மைலியுடன் கூடிய பதில் வந்திருந்தது.

அவன் பதிலுக்கு ஹார்ட் சிம்போல் ஈமோஜி அனுப்பி, குறிப்பால் சொன்னான்.

“ஏன், நேரில் சொல்ல பயமா என்ன? நேரில் வந்தால், மாடிசன் மெண்டோடா ஏரிக் கரையில் நான் உங்களுக்காக ஒரு இருக்கையை சேமித்து வைக்கிறேன்” என்று அவளிடம் இருந்து பதில் வந்தது.

அந்த வார இறுதியில் அவன் மாடிசனில் இருந்தான். கோடிக்கணக்கான நட்சத்திரங்கள் விரிந்து பரந்த வானில் மிதந்து கொண்டிருந்தன, நிலவின் ஒளி ஏரியில் பட்டுத் தெறித்தது, அந்த அமைதியான இடத்தில் அவளது கரம் பற்றி அவன் தன் வாய் திறந்து தன் இதயத்துள் பொத்தி வைத்திருந்த காதலை அவளிடம் நேரில் சொன்னான். அவளும் அவனின் காதலை ஏற்று அவனின் கரம் பற்றி, அவன் மார்பில் சாய்ந்தாள், முடிந்தவரை மிகவும் கண்ணியமாக அவர்கள் தங்கள் காதலை பகிர்ந்து கொண்டனர்.

அன்றிலிருந்து அவன் நேரம் கிடைக்கும் போதெல்லாம் அடிக்கடி மாடிசனுக்குப் போய் வந்தான், முடிந்தவரை தனது நேரத்தை அவளுக்காகச் செலவிட்டான். இருவரும் சேர்ந்து மாடிசன், சிக்காக்கோ என்று பல நகரங்களைச் சுற்றி வந்தார்கள்.

இதற்கிடையில், ஆதியுடைய அதிஷ்டம் அவன் படித்து முடித்ததும் அவனுக்கு மாடிசனில் வேலை கிடைத்தது. அபிக்கு அப்போது கடைசி வருட படிப்பு என்பதனால் அவளும் வேலை தேடிக்கொண்டிருந்தாள்.

அவனுக்கு மாடிசனில் வேலை கிடைத்த நாளில் இருந்து அவனைத் தன்னுடன் வந்து ஒரே அப்பார்ட்மெண்டில் தங்கும்படி அவள் எவ்வளவோ வற்புறுத்தியும், “எனது சிறந்த நண்பனின் சகோதரியுடன் நான் ஒருபோதும் திருமணத்துக்கு முதல் தங்க மாட்டேன்” என்று அவன் மறுத்து விட்டான்.

வருட இறுதியில் அவளுக்குப் பல்கலைக்கழக படிப்பு முடிந்ததும் நியூயார்க் நகரில் வேலை கிடைத்தது. ஜனவரி 8, 2024 திங்கள் கிழமை அன்று அவள் வேலையில் இணைந்து கொள்ள வேண்டியிருந்தது, அபிக்காக ஆதியும் தனது வேலையை

நியூயார்க்குக்கு மாற்றினான். விரைவில் இருவரும் திருமணம் செய்துகொள்ள இருந்தார்கள், அதற்கு முன்னதாக இருவரும் பெற்றோரின் சம்மதத்துடன் நியூயார்க்கில் ஒரே அப்பார்ட்மெண்டில் குடி புகுந்தார்கள்.

அன்று டிசம்பர் 31... எல்லோரையும் போலவே இவர்களும் 2024 ஐ வரவேற்கக் காத்திருந்தார்கள்.

திடீரென்று, இருளைக் கிழித்துக் கொண்டு பெரிய வண்ணமயமான ஒளி பொருந்திய விளக்குகள் வானில் வெடித்து பிரகாசித்தன. ஆதி தனது கைக்கடிகாரத்தைப் பார்த்தான்.

"மணி பன்னிரண்டு ஆகுது, இன்னும் சில நிமிடங்களில் அதிகாரப்பூர்வமாக 2024 ஆம் ஆண்டு பிறந்துவிடும்" என்றான்.

அபி ஆதியைப் பார்த்தாள், அவளுக்கு எங்கிருந்து இந்தத் துணிச்சல் வந்தது என்று தெரியவில்லை, "புது வருடத்தை வரவேற்க நாம் இந்த நேரத்தில் செய்ய வேண்டியது வேறொன்றும் இல்லையா?" என்று கேட்டாள்.

"........." அவன் பதிலின்றி அவளைப் பார்த்தான்.

".........." அவள் எதுவும் பேசாது தன் உதட்டில் கையை வைத்தபடி கண்கள் நிறைந்த காதலுடன் அவனைப் பார்த்தாள்.

"என்ன" அவன் கண்களால் கேட்டான்.

அவள் தன் உதடுகளைத் தொட்டுக் காட்டினாள்.

"இதுவரையில் உன்னை நான் முத்தமிடவில்லை... அதைச் சொல்கிறாயா...?" என்றான் அவன்.

அவள் வெட்கத்தில் கைகளால் கண்களை மூடியபடி "எஸ்... இட் இஸ்..." என்று சிரித்தாள்.

அவன் சிரித்தபடி, "உன் கண்களை மூடாதே அவற்றை நான் நேரடியாகப் பார்க்க விரும்புகிறேன், அவை உண்மையில் மிகவும் அழகானவை." என்றான்.

அவள் மீண்டும் சிரித்தபடி, "எது எப்படியோ, என் அண்ணனுக்கு பயந்து எப்போதும் போல என்னை நீங்கள் முத்தமிடவில்லை" என்றாள்.

"அடிப்பாவி... உன் அண்ணனுக்குப் பயந்தா...? அப்படியெல்லாம் ஒன்றுமில்லை... உன்னைப் போன்ற ஒரு அழகான உயிரினத்தை முத்தமிடுவது மனிதகுலத்திற்கு எதிரான குற்றம்..." என்றான் நக்கலாக.

அவள் பெருமூச்செறிந்தபடி ஒரு அடி எடுத்து முன் வைத்து அவன் முன் வந்து நின்றாள், அவன் அவளை விட மிகவும் உயரமானவன், அவனின் கண்களைப் பார்க்கவேண்டுமானால் அவள் மேலே பார்க்க வேண்டும்.

நிமிர்ந்து அவனைப் பார்த்துத் தன் காதல் நிறைந்த கண்களால் புன்னகைத்தாள். அவளின் அந்தப் பார்வை அவனுக்குள் ஏதோ செய்தது, அவளின் கண்களையே உற்றுப் பார்த்தபடி இருந்தான். அவள், அவனின் மௌனத்தைக் கலைக்க எண்ணியவளாக, "உங்களால் முடியும்" என்று மெதுவாக கஸ்கி வாய்ஸில் சொன்னாள்.

"......" அவன் எதுவும் பேசாது அவளின் முகத்தைப் பார்த்தபடி சிரித்தான்.

அவள் தன் கைக் கடிகாரத்தைப் பார்த்தாள், "நீங்கள் பிடிவாத மாகவும், தைரியமாகவும் இருக்கிறீர்கள், ஆனாலும் என் கணக்குப் படி என்னை முத்தமிடாதவரை இன்னும் வருடம் பிறக்கவில்லை." என்றாள்.

"நான் உன்னை முத்தமிடுவேன் அபி...ஐ லவ் யூ..."

"ஐ லவ் யூ ஆதி... இனிய புத்தாண்டு வாழ்த்துகள்..."

மீண்டும் "ஹேப்பி நியூ இயர் அபி" என்று கூறியபடி அவளுடைய பூப் போன்ற உதடுகளைத் தன் உதடுகளால் மெதுவாக அழுத்தினான்.

ஒரு நதியின் ஆரம்பப் புள்ளி போலத் தொடங்கிய அந்த முத்தம் இடைவிடாது பெருக்கெடுத்து பொங்கிப் பிரவாகித்தது. அது ஒரு நீண்ட முத்தம், பத்துக்கும் மேற்பட்ட மிசிசிப்பி ஆறுகள்

பெருக்கெடுத்து ஓடுவது போல அவனுக்குள் இருந்த சூடான சுவாச அலை அவளுடன் முட்டி மோதியது.

அவளை இதுவரை யாரும் முத்தமிட்டதில்லை, அவளுடைய முதல் முத்த அனுபவம் அவளுக்குள் பெரும் அலையை உண்டு பண்ணியது.

"தாங்க் யூ... ஐ லவ் யூ..." என்றவள், புன்னகைத்தவாறு மீண்டும் ஆதியின் கன்னங்களில் மாறிமாறித் தன் இதழ்களைப் பதித்து ஒரு முத்தப் புரட்சி செய்தாள்.

கண்ணைச் சிமிட்டியபடி, "என்னுடைய வாழ்நாளில் இன்றுதான் எனக்கு கொஞ்சம் மூச்சுத் திணறல் வந்து விட்டது..." என்றான் ஆதி.

அவள் வெட்கத்துடன் அவனைக் கட்டி அணைத்தபடி அவனின் காதருகே தன் வாயை வைத்து மெல்லிய கஸ்கி வாய்ஸில் "இந்த இரவில் நாங்கள் நகரம் முழுவதையும் சுற்றி வர முடியுமா?" என்று கேட்டாள்.

"ஆம், நீ கேட்டு நான் இல்லையென்பேனா..." என்று அவன் தலையசைத்தான்.

அவள் சிரித்துக் கொண்டே கட்டியணைத்திருந்த கைகளை விலக்கி, "அப்படியானால் போகலாம் வாங்க..." என்றபடி வெளியேறினாள்.

அன்றைய பின்னிரவில் நியூயார்க் நகரின் பல பகுதிகளிலும் சுற்றித் திரிந்தார்கள்.

அவர்கள் தங்கள் அப்பார்ட்மெண்ட்க்குத் திரும்பி வந்தபோது நேரம் அதிகாலை ஐந்து மணியை நெருங்கியிருந்தது.

"இன்று மதியம் உன் அண்ணனுடன் புதுவருட உணவுக்குப் போகவேணும் அலாரம் வைக்க மறக்காதே" என்றான் ஆதி.

"ஆம்... மறக்குமா நெஞ்சம்..." என்று சிரித்தவள், தலையசைத்தபடி நக்கலாக, "நாங்கள் எப்படிப் புது வருடத்தை வரவேற்றோம் என்பதை நீங்கள் இன்று மதியம் அண்ணனிடம் சொல்லுவீர்கள் என்று எதிர்பார்க்கிறேன்" என்றாள்.